AF659865

ಶುಭಶ್ರೀ ಭಟ್ಟ

ಮೂಲತಃ ಉತ್ತರ ಕನ್ನಡ ಜಿಲ್ಲೆಯ ಕುಮಟಾ ತಾಲೂಕಿನವರು. ಅಜ್ಜಿ-ಅಪ್ಪನಿಂದ ಬಂದ ಓದು ಬರಹದ ಆಸಕ್ತಿಯನ್ನು ಬೆಳೆಸಿಕೊಂಡು ಬಂದಿದ್ದಾರೆ. ರಾಜ್ಯದ ಅನೇಕ ದಿನಪತ್ರಿಕೆ, ವಾರಪತ್ರಿಕೆ, ಮಾಸಪತ್ರಿಕೆಯಲ್ಲಿ ಇವರ ಲೇಖನಗಳು, ಕಥೆಗಳು ಪ್ರಕಟಗೊಂಡಿವೆ. ಪ್ರಸ್ತುತ ಶೃಂಗೇರಿಯಲ್ಲಿ ನೆಲೆಸಿರುವ ಇವರು ವೃತ್ತಿಯಲ್ಲಿ ಸಾಫ್ಟವೇರ್ ಇಂಜಿನೀಯರ್. ಕೃಷ್ಣನ ಬಗ್ಗೆ ಅಪಾರ ಒಲವು ಹೊಂದಿದ್ದು, ಇತ್ತೀಚಿಗೆ ಗೋಕುಲ ದಿನಗಳನ್ನು ಮರುಸೃಷ್ಟಿಸುವ ಉದ್ದೇಶದಿಂದ ಕೃಷ್ಣ-ರಾಧೆಯ ಕುರಿತಾದ ಕನ್ನಡದ ಹಲವು ಭಾವಗೀತೆಗಳಿಗೆ ದೃಶ್ಯಕಾವ್ಯವನ್ನು ಕಟ್ಟಿಕೊಡುವ ಹೊಸ ಪ್ರಯತ್ನವಾಗಿ "Tales Of Parijatha" ಎಂಬ ತಮ್ಮದೇ ಯೂಟ್ಯೂಬ್ ಚಾನೆಲ್ ಕಟ್ಟಿಕೊಂಡು ಸಕ್ರಿಯರಾಗಿದ್ದಾರೆ. 'ಹಿಂದಿನ ನಿಲ್ದಾಣ' ಇವರ ಪ್ರಥಮ ಪುಸ್ತಕ.

ಹಿಂದಿನ ನಿಲ್ದಾಣ

ಶುಭಶ್ರೀ ಭಟ್ಟ

ವೀರಲೋಕ ಬುಕ್ಸ್ ಪ್ರೈ.ಲಿ.
207, 2ನೇ ಮಹಡಿ, 3ನೇ ಮೇನ್, ಚಾಮರಾಜಪೇಟೆ
ಬೆಂಗಳೂರು–560018. ಮೊಬೈಲ್: 70221 22121
ಇಮೇಲ್: veeralokabooks@gmail.com
ವೆಬ್‌ಸೈಟ್: www.veeralokabooks.com

HINDINA NILDANA
A book of collected stories written by
Shubhashree Bhat

Published by:
VEERALOKA BOOKS PVT. LTD.
207, 2nd Floor, 3rd Main
Chamarajpet, Bengaluru - 560018

Mobile : +91 7022122121
E-mail : veeralokabooks@gmail.com
Website: www.veeralokabooks.com

Price : Rs. 120/-
Pages : 88
First Impression : 2022

Paper used : 90 GSM NS Maplitho
Book size : 1/8th Demy

ISBN : 978-93-94942-13-4

Cover page illustration by : Roopa Vipin
Inner pages illustration by : Vijaya Vikram

ಅರ್ಪಣೆ

ಕಷ್ಟಗಳ ಸರಮಾಲೆ ಮೇಲೆ ಅಕ್ಷರಗಳ ಚಾದರ ಹೊದ್ದು ಇರುವುದರಲ್ಲಿಯೇ ನೆಮ್ಮದಿಯ ಬದುಕು ಕಟ್ಟಿಕೊಂಡು ಊರಿಗೇ **'ಅಬ್ಬೆ'**ಯಾಗಿದ್ದ ನನ್ನ ಅಜ್ಜಿ **'ಸಾವಿತ್ರಮ್ಮ'**ನಿಗೆ ಈ ಪುಸ್ತಕದ ಪ್ರತೀ ಅಕ್ಷರಗಳ ಅರ್ಪಣೆ...

ಮುನ್ನುಡಿಯೆನ್ನುವ ಪ್ರೀತಿಯ ನಾಲ್ಕು ಮಾತುಗಳು

ನೋಡಲು ಹೈಸ್ಕೂಲಿಗೆ ಹೋಗುವ ಪುಟ್ಟ ಹುಡುಗಿಯಂತೆ ಕಾಣುವ, ಮುಖವನ್ನಲಂಕರಿಸಿರುವ ಕನ್ನಡಕದಿಂದಾಗಿ ಸುಲೋಚನೆಯೆನಿಸಿದ್ದು ವಯಸ್ಸಿನ ಕಾರಣದಿಂದಲೋ ಅಥವಾ ಅತಿಯಾದ ಓದಿನಿಂದಾಗಿಯೋ ಎಂದು ಗೊತ್ತಾಗದ, ಒಂದು ಮಗುವಿನ ತಾಯಿಯೂ ಆಗಿರುವ ಶುಭಶ್ರೀ ಎನ್ನುವ, ಐಟಿ ಕಂಪೆನಿಯ ಉದ್ಯೋಗಸ್ಥೆಯೂ ಆಗಿರುವ ಈ ಪುಟ್ಟ ತಾಯಿ ನನಗೆ ಪರಿಚಯವಾದದ್ದು ಇತ್ತೀಚೆಗೆ ತನ್ನ ನವಿರಾದ, ಕಾವ್ಯಾತ್ಮಕವೆನ್ನಬಹುದಾದ ಕಥೆಗಳ ಮೂಲಕವಾಗಿ. ಪರಿಚಯವಾದಂದಿನಿಂದಲೇ ಎಷ್ಟೋ ವರುಷದ ಪರಿಚಯವೆಂಬಂತೆ ಅನಿಸಿದ ಈ ಶುಭಶ್ರೀಯ 'ಹಿಂದಿನ ನಿಲ್ದಾಣ' ಎನ್ನುವ ಲಲಿತ ಪ್ರಬಂಧಗಳ ಸಂಕಲನಕ್ಕೆ ಮುನ್ನುಡಿಯ ನಾಲ್ಕು ಮಾತುಗಳನ್ನು ಅವರು ನನ್ನಿಂದ ಬಯಸಿದಾಗ ನಿರಾಕರಿಸಲು ಸಾಧ್ಯವಾಗಲಿಲ್ಲ.

ಇಲ್ಲಿನ ಪುಟ್ಟ ಪುಟ್ಟ ಬರೆಹಗಳನ್ನು ಶುಭಶ್ರೀ 'ಅಕ್ಷರ ಬಳ್ಳಿಯ ಮಿಡಿತ' ಎಂದು ಹೇಳಿಕೊಂಡಿದ್ದಾರೆ. ಇದು ಒಂದು ರೀತಿಯಲ್ಲಿ ಅವರ ಬಾಲ್ಯದ ಸಿಹಿ ಕಹಿ ನೆನಪುಗಳ ಕೋಶ. ಅನುಭವವು ಸವಿಯಲ್ಲ, ಅದರ ನೆನಪೇ ಸವಿಯು ಎನ್ನುವ ಹಾಗೆ ಹಳೆಯ ನೆನವರಿಕೆಗಳಂತೆ ಅನಾವರಣಗೊಳ್ಳುತ್ತಿರುವ ಈ ಪುಟ್ಟ ಬರೆಹಗಳಲ್ಲಿ ನಮಗೆ ಎದುರಾಗುವುದು ಅವರ ಬಾಲ್ಯವನ್ನು ಬೆರಗಾಗಿಸಿದ, ಬೆಳೆಸಿದ, ಬೆಳಗಿದ ಅವರದೇ ಪುಟ್ಟ ಜಗತ್ತು. ಅವರ ಭಾವ ವಲಯದಲ್ಲಿ ಈಗಲೂ ಉಳಿದುಕೊಂಡು ಪುಳಕವೆಬ್ಬಿಸುವ ಆ ಪುಟ್ಟ ಜಗತ್ತಿನ ಅವಿಭಾಜ್ಯ ಭಾಗಗಳಾದ ಗಣೇಶಣ್ಣ, ಬೆಳ್ಳಕ್ಕಿ ಕೂಸೇ ಎಂದು ಕರೆಯುವ ನಾಗಿ ಮಳ್ಳಿ, ತವರಿನ ತೇರು, ಹಾಡ್ ಹೇಳುವ ಭಟ್ಟಾ, ಬೊಂಬಾಯ್ ಮಿಠಾಯಿ ಮಾಮ, ದೊಡ್ತಂಗಿ ಎಂದು ಕರೆಯುತ್ತಿದ್ದ, ಕೆಲಸಕ್ಕೆ ಬರುತ್ತಿದ್ದ ಮುಗುದೆ ಮಾಸ್ತಿ, ಗಾಳಿ ಮದ್ದಿನ ಬೊಮ್ಮಿ ಮಾಸ್ತಿ, ಸಿಂಗರಿಸಿಕೊಂಡ ಮುದಿ ಮುತ್ತೈದೆಯಂತೆ ಕಾಣುತ್ತಿದ್ದ ಬಸ್ಸು, ಕೊಂಕಣ ರೈಲಿನೊಂದಿಗೆ ಬೆಸೆದುಕೊಂಡ ಹಾಳೆಕೊಟ್ಟೆ, ನಗೆ

ಗೌಡನೆಂಬ ಮುಗ್ಧ, ದನದ ಕೊಟ್ಟಿಗೆಯಲ್ಲಿನ ಸೋಮ ಮತ್ತು ಅಶು, ಪೊಕ್ಕಣ್ಣಿ ಎಂಬ ತುಂಟ ನಾಯಿ ಮರಿ, ಮಡಿ ಅಜ್ಜಿ, ವಿವಿಧ ರೀತಿಯ ಕಾಡು ಹಣ್ಣುಗಳು... ಇವೆಲ್ಲವುಗಳ ಕೇಂದ್ರ ಸ್ಥಾನದಲ್ಲಿರುವ ಅಜ್ಜಿಯ ಓದಿನ ಪ್ರೀತಿ ಹಾಗೂ ಸುತ್ತಲಿನ ಪ್ರಕೃತಿ ಇವೆಲ್ಲವೂ ನವಿರಾದ, ಒಂಚೂರು ವಿನೋದ ಮಿಶ್ರಿತ ಶೈಲಿಯಲ್ಲಿ ಪ್ರಕಟವಾಗುವ ರೀತಿ ಅನನ್ಯವಾದದ್ದು. ತನ್ನ ಭಾವ ಪ್ರಪಂಚವನ್ನು ಕಟ್ಟಿಕೊಟ್ಟ ಇವೆಲ್ಲವನ್ನೂ ಕಡು ಪ್ರೀತಿ, ಮಮತೆ ಹಾಗೂ ವ್ಯಾಮೋಹದಿಂದ ಶುಭಶ್ರೀ ಈ ಬರೆಹಗಳ ಮೂಲಕ ಆಪ್ತವಾಗಿ ನೆನಪಿಸಿಕೊಂಡಿದ್ದಾರೆ. ಇಲ್ಲಿನ ಬಹುತೇಕ ಬರೆಹಗಳಲ್ಲಿ ಕಾಣಿಸಿಕೊಳ್ಳುವ ಅಜ್ಜಿ ಎಷ್ಟು ಆಪ್ತವಾಗಿ ಕಾಣಿಸ್ತಾಳೆಂದರೆ ಎಲ್ಲ ಮನೆಗಳಲ್ಲೂ ಇಂತಹ ಒಬ್ಬಳು ಜೀವ ಪ್ರೀತಿಯ ಅಜ್ಜಿ ಇರಬಾರದೇ, ಹಾಗೂ ಎಲ್ಲ ಮೊಮ್ಮಕ್ಕಳಿಗೂ ಇಂತಹ ಅಜ್ಜಿಯರ ಪ್ರೀತಿ ಸಿಕ್ಕಿದ್ದರೆ ಎಷ್ಟು ಸೊಗಸಿತ್ತು ಅಂತ ಹಂಬಲಿಸುವಂತಾಗುತ್ತದೆ.

ಈ ಬರೆಹಗಳು ಕೊಂಚ ವಿನೋದ, ತುಂಟತನದಿಂದ ಕೂಡಿದ ಲಲಿತ ಬರೆಹಗಳಾಗಿದ್ದರೆ, ಪಾರಿಜಾತದ ಬಿಕ್ಕು, ನವಿಲುಗರಿಯ ಮೋಹ, ಕಡಲೆಂಬ ಕಡು ನೀಲಿ ಮೋಹ...ದಂತಹ ಬರೆಹಗಳು ಉಳಿದ ಬರೆಹಗಳಿಗಿಂತ ಕೊಂಚ ಭಿನ್ನವಾಗಿದ್ದು, ಇವು ಹೆಚ್ಚು ಭಾವನಿಷ್ಟವೂ ಸ್ವಲ್ಪ ಗಂಭೀರವೂ ಆದ ಲಹರಿಗಳಾಗಿವೆ.

ಈ ಎಲ್ಲ ಪುಟ್ಟ ಬರೆಹಗಳಲ್ಲಿ ಶುಭಶ್ರೀಯವರು ತಮ್ಮ ಬಾಲ್ಯದ ದಿನಗಳನ್ನು ಅನನ್ಯವಾಗಿ ನೆನಪಿಸಿಕೊಂಡಿದ್ದಾರೆ. ಇವುಗಳೆಲ್ಲ ಅವರ ಹಿಂದಿನ ನಿಲ್ದಾಣದ ಹಾಗೂ ಈಗಿನ ನಿಲ್ದಾಣದ ನೆನಪಿನ ಸಾಲುಗಳು. ಈ ಎಲ್ಲ ಸಾಲುಗಳು ಪುಟ್ಟ ಪುಟ್ಟ ಬರೆಹಗಳ ರೂಪದಲ್ಲಿ ಕಾಣಿಸಿಕೊಂಡಿವೆ.

ಹಾಗೆಂದು ಶುಭಶ್ರೀಯವರು ಬಾಲ್ಯದ ದಿನಗಳಲ್ಲೇ ಮೈಮರೆಯದೆ ಆ ನೆನಪುಗಳನ್ನು ಇಂದಿನ ದಿನಗಳೊಂದಿಗೆ ಮುಖಾಮುಖಿಯಾಗಿಸುವ ಯತ್ನವನ್ನೂ ಮಾಡಿದ್ದಾರೆ. 'ತವರಿನ ತೇರು ಎನ್ನುವ ಮಹಾಕಾವ್ಯ' ಲೇಖನದ ಈ ಸಾಲುಗಳು ಅದಕ್ಕೆ ಸಾಕ್ಷಿಗಳಾಗಿವೆ: ತೇರಿನ ಖರ್ಚಿಗೆಂದು ಅಪ್ಪ ಕೊಡುವ ದುಡ್ಡನ್ನು ತೆಗೆದುಕೊಂಡು ಬೊಚ್ಚು ಬಾಯಗಲಿಸಿ ಗಲಗಲಿಸುವ ಜೀವ ನಮ್ಮೊಡನೆ ಇರಲಿಲ್ಲ...

ದಾರಿಯುದ್ದಕ್ಕೂ ಕಣ್ಸೆಳೆಯುವ ಕುಂಕುಮದ ಸೌಂದರ್ಯ ಕಣ್ಮರೆಯಾಗಿತ್ತು... ಬಳೆ ಹಾಕಿಕೊಳ್ಳುವ ಸಡಗರ, ಬಿಂಗ್ಲಾಟೆ ಸರ ಕೊಳ್ಳುವ ಸಂಭ್ರಮವೂ ಕಾಣಿಸಲಿಲ್ಲ. ಪುಗ್ಗೆಯ ಜಾಗವನ್ನಾಗಲೇ ಆಕ್ಸಿಜನ್ ಬಲೂನು ಆಕ್ರಮಿಸಿತ್ತು. ಮಿರ್ಚಿ ಬಜ್ಜಿ ಮಾಡುವ ಅಂಗಡಿಯಲ್ಲಿ ಈಗ ಪಾನಿಪೂರಿ, ಪಾವ್ ಭಾಜಿಗಳ ಘಮಲು ಹರಡಿಕೊಂಡಿತ್ತು... ಬೊಂಬಾಯಿ ಮಿಠಾಯಿ ಮಾರುವವನ ಸುಳಿವೂ ಇರಲಿಲ್ಲ. ಅಚ್ಚ ಕನ್ನಡದ ಕರಾವಳಿ ಕಂಪಿನ ಭಾಷೆಯ

ನಡುನಡುವೆ ಹಿಂದಿಯ ಘಾಟು ಸೇರಿ ಕಸಿವಿಸಿಯಾಯ್ತು... ತನ್ನ ಬಾಲ್ಯದ ಜಗತ್ತು ಬದಲಾಗುತ್ತಿರುವುದನ್ನು ಶುಭಶ್ರೀ ನೋವಿನಿಂದ ದಾಖಲಿಸಿದ ಸಾಲುಗಳಿವು.

ಈ ಬರೆಹಗಳನ್ನು ಒಟ್ಟಾಗಿ ಓದಿದಾಗ ನನಗನಿಸಿದ್ದೆಂದರೆ ಈ ಬರೆಹಗಳು ಶುಭಶ್ರೀ ಮುಂದೆ ಬರೆಯಬಹುದಾದ ಕಾದಂಬರಿಯೊಂದರ ಅಧ್ಯಾಯಗಳಾಗಿ ನನಗೆ ಕಾಣಿಸುತ್ತದೆ. ಅಷ್ಟರ ಮಟ್ಟಿಗೆ ಅವರ ಬಾಲ್ಯದ ನೆನಪುಗಳು ಜೀವಂತವಾಗಿ ಅವರಲ್ಲಿನ್ನೂ ಉಳಿದಿರುವುದು ಸಂತೋಷದ ಸಂಗತಿಯಾಗಿದೆ. ಯಾಕೆಂದರೆ ಬಾಳಿನುದ್ದಕ್ಕೂ ನಮ್ಮ ಭಾವಕೋಶವನ್ನು ಲವಲವಿಕೆಯಿಂದ ಕಾಪಿಡುವುದು ಆ ನೆನಪುಗಳೇ...

ಸದ್ಯ ನನಗನಿಸಿದ್ದೆಂದರೆ ಇವನ್ನು ಓದುತ್ತಾ ಹೋದಂತೆ ಅವು ನಮ್ಮ ಒಳಗಿಳಿಯುತ್ತ ನಮ್ಮ ಭಾವಪ್ರಪಂಚವನ್ನು ಆವರಿಸಿಕೊಳ್ಳುತ್ತಿದ್ದಂತೆ ಅದು ನಮಗರಿಯದಂತೆಯೇ ಮುಗಿದುಹೋಗುತ್ತದೆ. ಇನ್ನಷ್ಟು ವಿಸ್ತಾರ ಅಗತ್ಯವಿತ್ತು ಅಂತ ಅನಿಸುತ್ತದೆ... ಆದರೂ ಲಲಿತವಹ ಕನ್ನಡದ ನುಡಿಯಲ್ಲಿ ನವಿರಾಗಿ ನಿರೂಪಿಸಲ್ಪಟ್ಟ ಈ ಬರೆಹಗಳು ನಮ್ಮನ್ನು ಮುದಗೊಳಿಸುವುದಲ್ಲದೆ ನಮ್ಮನ್ನೂ ನಮ್ಮ ಬಾಲ್ಯಕ್ಕೆ ಕರೆದೊಯ್ಯುತ್ತದೆ ಎಂಬುದಂತೂ ಖಂಡಿತ. ಈ ಮುಗ್ಧವೂ ಪ್ರೀತಿಯೊಸರುವಂಥವೂ ಆದ ಭಾವ ಪ್ರಪಂಚವೊಂದು ಎಂದೂ ಕಳೆದು ಹೋಗದೆ ಶುಭಶ್ರೀಯವರೊಂದಿಗೆ ಸದಾ ಉಳಿದಿರಲಿ ಎಂದು ಹೃತ್ಪೂರ್ವಕವಾಗಿ ಹಾರೈಸುತ್ತೇನೆ.

–ಸುಬ್ರಾಯ ಚೊಕ್ಕಾಡಿ

‘ಹಿಂದಿನ ನಿಲ್ದಾಣ’ದಲ್ಲಿ ಇಳಿಯುವ ಮುನ್ನ...

ಕಚ್ಚಾಪಟ್ಟಿಯಲ್ಲಿ ಬರೆದ ಅಕ್ಷರಗಳು ನಿಧಾನಕ್ಕೆ ದಣಪೆ ದಾಟಿ ಪತ್ರಿಕೆಗಳಲ್ಲಿ ಬರತೊಡಗಿದಾಗ ನಾನು ಪಿಯುಸಿಯಲ್ಲಿದ್ದೆ. ‘ಹೀಗೆಲ್ಲಾ ಕಥೆ–ಕವನವನ್ನು ಪತ್ರಿಕೆಗೆ ಬರೆದವರು ಉದ್ಧಾರ ಆಗುವುದೇ ಇಲ್ಲ’ ಎಂದೆಲ್ಲಾ ಊರಲ್ಲಿನ ಕೆಲವರು ನನ್ನಮ್ಮನ ನಿದ್ದೆಗೆಡಿಸಿದ್ದರು. ಪೆನ್ನು ಹಿಡಿದರೆ ಕೆಂಗಣ್ಣು ಬಿಡುವ ಅವಳನ್ನು ಸಮಾಧಾನಿಸಿ, ಬರೆದದ್ದಕ್ಕೆಲ್ಲಾ ‘ಹೆಗ್ಗಣ ಮುದ್ದು’ ಎಂದು ಬೆನ್ನುತಟ್ಟಿ ಬರೆಯಲು ಮತ್ತಷ್ಟು ಪ್ರೋತ್ಸಾಹಿಸಿದ್ದು ಅಪ್ಪ ಮತ್ತು ಅಜ್ಜಿ. ನಂತರದ ದಿನಗಳಲ್ಲಿ ಮನೆಗೆ ಬಂದವರೆಲ್ಲಾ ನನ್ನ ಬರವಣಿಗೆಯನ್ನು ಹೊಗಳತೊಡಗಿದಾಗ ಅಮ್ಮ ಸ್ವಲ್ಪ ಮೆತ್ತಗಾಗಿ ‘ಚೆಂದ ಬರೀ ಮಗ, ಚೋಲೋ ಹೆಸರ ತಗ’ ಅನ್ನುವಂತಾದಳು. ಹೀಗೆ ನನ್ನಲ್ಲಿ ಮೊದಲು ‘ಅಕ್ಷರಪ್ರೀತಿ’ ಹುಟ್ಟಿಸಿದ ಅಜ್ಜಿ ಸಾವಿತ್ರಮ್ಮನಿಗೆ ಈ ಪುಸ್ತಕದ ಮೂಲಕ ಪ್ರೀತಿ ತೋರಿಸುವ ಸಣ್ಣ ಪ್ರಯತ್ನ ಮಾಡ್ತಾ ಇದ್ದೇನೆ. ಕೇಳಿದಾಗಲೆಲ್ಲಾ ಪುಸ್ತಕ ತೆಗೆಸಿಕೊಟ್ಟು ಓದಿನ ಅಭಿರುಚಿ ಹೆಚ್ಚಿಸಿದ ನನ್ನ ದಾದ (ಅಪ್ಪ) ವಿ.ಕೆ. ಭಟ್ಟರಿಗೆ, ಈಗಲೂ ಪತ್ರಿಕೆಯ ಮೂಲೆಯಲ್ಲೆಲ್ಲೋ ನನ್ನ ಹೆಸರು ಕಂಡರೂ ಖುಶಿಯಿಂದ ಹನಿಗಣ್ಣಾಗಿ ಓದುವ ಆಯಿ ಜಯಲಕ್ಷ್ಮೀಗೆ. ನಾನು ಗೀಚುವ ಪ್ರತೀ ಸಾಲನ್ನೂ ಗಮನವಿಟ್ಟು ಓದಿ ಹಳೆಯದರೊಂದಿಗೆ ತಾಳೆ ಹಾಕಿ ಅಭಿಪ್ರಾಯ ಹೇಳುವ ಬೆನ್ನಿಗೆ ಬಿದ್ದ ತಂಗಿ ದಿವ್ಯಶ್ರೀಗೆ, ತಮ್ಮನಂತಹ ಭಾವ ನರೇಶ್ ಹೆಗಡೆ ದೊಡ್ಮರಿಗೆ ಬೊಗಸೆ ತುಂಬ ಪ್ರೀತಿ ಹೊರತು ಮತ್ತೇನು ಕೊಡಬಲ್ಲೆ. ನನ್ನ ಬಾಲ್ಯಕ್ಕೆ ಹಸಿರು ತುಂಬಿ ಸದಾ ಹರಸುವೆ ನನ್ನೂರು ಕುಮಟೆಗೆ, ನನ್ನ ಹಳ್ಳಿ ಗುಡಬಳ್ಳಿಗೆ, ಅಲ್ಲಿನ ಎಲ್ಲರಿಗೂ ನಾನು ಸದಾ ಋಣಿ.

ಈ ಪುಸ್ತಕ ಬರೆಯುತ್ತ ಸುತ್ತಲಿನ ಜಗವ ಮರೆತಾಗ, ಅಮ್ಮನೇ ಬೇಕು ಅಮ್ಮನ ಪೆನ್ನೇ ಬೇಕೆಂದು ಸುಖಾಸುಮ್ಮನೆ ರಚ್ಚೆ ಹಿಡಿದ ಮರಿಗುಬ್ಬಿಯನ್ನು ನಾನು ಬರೆದು ಮುಗಿಸುವ ತನಕ ಕಾಡಿಸದಂತೆ ಆಡಿಸಿದ, ಮತ್ತಷ್ಟು ಬರೀ, ಇನ್ನಷ್ಟು ಬರೀ ಎಂದು ಬರೆಸಿಕೊಂಡು ಓದುವ ನನ್ನ ಪುಟ್ಟ ತಮ್ಮ ‘ಶ್ರೀನಿಧಿ’ಗೆ

ಒಂದು ಸಾಲಲ್ಲಿ ಧನ್ಯವಾದ ಹೇಳಿದರೆ ಅದು ಕೃತಕವಾದೀತು. ಈಗೀಗ ನಾ ಕೂತು ಬರೆಯುವಾಗ ಅಮ್ಮನನ್ನು ಅರಸಿ ಬಂದು, ನನ್ನ ಪೆನ್ನು ಪಟ್ಟಿಯ ನೋಡಿ ಮರಳಿ ತನ್ನ ಪಾಡಿಗೆ ಆಡಿಕೊಂಡು ನನ್ನೆದೆಯ ಭಾರವಿಳಿಸಿದ ನನ್ನೊಡಲ ಮೊಗ್ಗು 'ಶ್ರೀದ್ಯುತ'ನಿಗೆ ಅಪಾರ ಅಕ್ಕರೆಯ ಹೊರತಾಗಿ, ಒಂದ್ರಾಶಿ ಪುಸ್ತಕವೆಂಬ ಆಸ್ತಿಯನ್ನು ಕಟ್ಟಿಕೊಡಬಲ್ಲೆ ಅಷ್ಟೇ. ಇನ್ನು ನನ್ನ ಬರವಣಿಗೆಯನ್ನು ಸಂಭ್ರಮಿಸುವ ಶ್ರೀವತ್ಸನಿಗೆ, ಅತ್ತೆ ನಾಗರತ್ನ, ಮಾವ ಸುಬ್ರಮಣ್ಯರಿಗೆ, ಅಕ್ಷರ ಪ್ರೀತಿಯ ಶ್ರೀಧರ ಮಾವ ಮತ್ತು ನನ್ನ ಕುಟುಂಬದವರಿಗೆ, ತವರಿನ ಬಳಗಕ್ಕೆ, ಸ್ನೇಹಿತರಿಗೆ ಗೌರವಪೂರ್ವಕ ಪ್ರೀತಿ.

ಇನ್ನು ನನ್ನ ಬರವಣಿಗೆಯ, ಓದಿನ ದಿಕ್ಕನ್ನೇ ಬದಲಿಸಿದ ಒಂದು ಆತ್ಮೀಯ ಜೀವಕ್ಕೆ ಕೃತಜ್ಞತೆ ಹೇಳದಿದ್ದರೆ ಬರೆದಿದ್ದೆಲ್ಲವೂ ವ್ಯರ್ಥ. ಸವೆದು ಸಣಕಲಾಗುತ್ತಿದ್ದ ದಣಪೆಯ ಸರಗೋಲಿಗೆ ಹೊಸ ಚೈತನ್ಯ ತುಂಬಿ, ಬರೆದಿದ್ದನ್ನು ಕಿವಿಹಿಂಡಿ ಕಟುವಿಮರ್ಶಿಸಿ, ಏನೇನೋ ಗೀಚುತ್ತಾ ಕಾಲಹರಣ ಮಾಡುತ್ತಿದ್ದವಳಿಗೆ ದೊರಕಿದ್ದು ಗುರುವಿನಂತಹ ಅಕ್ಕ 'ಶ್ರೀಮತಿ. ಮಾಲಿನಿ ಗುರುಪ್ರಸನ್ನ'. ಅವರಿಗೆ ಬದುಕಪೂರ್ತಿ ಅಕ್ಷರಗಳಷ್ಟೇ ಪ್ರೀತಿ ತೋರಿಸುವೆ ಎಂದು ಮನಃತುಂಬಿ ಹೇಳುವೆ. ಮಾಲಿನಿ ಅಕ್ಕನಷ್ಟೇ ಶುದ್ಧ ಅಂತಃಕರಣದಿಂದ ನನ್ನನ್ನು ಬೆಂಬಲಿಸಿ, ಪ್ರೋತ್ಸಾಹಿಸುವ 'ಸಿಂಧೂ ರಾವ್', 'ಅನಿತಾ ನರೇಶ್ ಮಂಚಿ' ಮತ್ತು ಅಪ್ಪನ ಪ್ರೀತಿ ತೋರಿ ತಿದ್ದುವ ಗುರುಗಳಾದ ಶ್ರೀಯುತ ಸುಬ್ರಾಯ ಚೊಕ್ಕಾಡಿಯವರಿಗೆ ತುಂಬು ಪ್ರೀತಿಯ ನಮನಗಳು. ನನ್ನ ಪುಸ್ತಕಕ್ಕೆ ಬೆನ್ನೆಲುಬಾಗಿ ನಿಂತವರ ಹತ್ತಿರವೇ ಮುನ್ನುಡಿ, ಬೆನ್ನುಡಿ ಬರೆಸಬೇಕೆಂಬ ಆಸೆಯೂ ಫಲಿಸಿದೆ. ಅದಕ್ಕೆ ಚೊಕ್ಕಾಡಿ ಸರ್, ಮಾಲಿನಿ ಅಕ್ಕ, ಸಿಂಧೂ ಅಕ್ಕನಿಗೆ ನಾನು ಸದಾ ಕೃತಜ್ಞ.

ಅವನ ಕೆಲಸವೇ ಹಾಸಿ ಹೊದ್ದುಕೊಳ್ಳುವಷ್ಟಿದ್ದರೂ ನಾನು ಬರೆದಿದ್ದೆಲ್ಲವನ್ನೂ ಅಚ್ಚುಕಟ್ಟಾಗಿ ಓದಿ, ಕಾಗುಣಿತದಿಂದ ಹಿಡಿದು ಪ್ರತಿಯೊಂದರ ಅಭಿಪ್ರಾಯ ಹೇಳಿ, ಈ ಪುಸ್ತಕಕ್ಕೆ ಲೇಖನ ಆರಿಸಿಕೊಟ್ಟು ಅಕ್ಕರೆಯ ಸಕ್ಕರೆ ಕೊಡುವ ತಮ್ಮನಂತಹ ಜೀವ 'ಶ್ರೀಧರ(ಶ್ರೀ ತಲಗೇರಿ)ಗೆ ಕಂಡಾಪಟ್ಟೆ ಪ್ರೀತಿ. ತನ್ನ ಬಿಡುವಿಲ್ಲದ ಕೆಲಸದ ನಡುವೆ ನಾನಿದ್ದಲ್ಲಿಗೇ ಬಂದು ಚೆಂದ ಚೆಂದದ ಫೋಟೋ ತೆಗೆದುಕೊಟ್ಟ ಗೋಪಣ್ಣ(ಗೋಪಿ ಜಾಲಿ)ಗೂ ರಾಶಿ ಧನ್ಯವಾದ. ಅಷ್ಟೇ ಅಚ್ಚುಕಟ್ಟಾಗಿ ಸಮಯಕ್ಕೆ ಸರಿಯಾಗಿ ಮುಖಪುಟ ವಿನ್ಯಾಸ ಮಾಡಿಕೊಟ್ಟು ಪುಸ್ತಕದ ಅಂದ ಹೆಚ್ಚಿಸಿದ ಪ್ರಶಾಂತ್ ವಿಟ್ಲ ಅವರಿಗೂ ತುಂಬು ಪ್ರೀತಿ.

ವಾಟ್ಸಾಪ್ ಗುಂಪೆಂದರೆ ಶುಭಾಶಯ ಹೇಳಿಕೊಂಡು ಇಲ್ಲದ ತಲೆಹರಟೆ ಮಾಡಿಕೊಂಡಿರುವ ಡಿಜಿಟಲ್ ಹರಟೆಕಟ್ಟೆ ಎಂಬ ಭ್ರಮೆಯಲ್ಲಿದ್ದ ಕಾಲದಲ್ಲಿ ನನ್ನನ್ನು ಬರಮಾಡಿಕೊಂಡ ಕಾವ್ಯಕೇಳಿ ಗುಂಪಿಗೂ, ಅದರ ರೂವಾರಿಯಾಗಿದ್ದ

ಮಾಲಿನಿ ಅಕ್ಕ, ಗೋವಿಂದ ಸರ್ ಮತ್ತುಳಿದ ಪ್ರೀತಿಯ ಸದಸ್ಯರಿಗೂ ಮನಃಪೂರ್ವಕ ನಮನಗಳು. ಪುಸ್ತಕ ಬಿಡುಗಡೆ ಸಮಾರಂಭದಲ್ಲಿ ಭೇಟಿಯಾಗಿ ಕುಟುಂಬದಂತಹ ಕಥೆಕೂಟಕ್ಕೆ ನನ್ನನ್ನು ಸೇರಿಸಿಕೊಂಡು ಜೋಗಿ ಸರ್, ಚೊಕ್ಕಾಡಿ ಸರ್, ಜಗದೀಶ್ ಶರ್ಮಾ, ಗಜಾನನ ಶರ್ಮಾ, ಲಿಂಗದೇವರು ಸರ್ ಅವರಂತಹ ಹಿರಿಯರಿಂದ ಮಾರ್ಗದರ್ಶನ ನೀಡಿ, ಕೆಂಗಣ್ಣು ಬಿಟ್ಟಾದರೂ ಕಥೆ ಬರೆಸುವ ಅಣ್ಣನಂತಹ ಅಕ್ಕರೆಯ ಅಂತಃಕರಣಿ ಗೋಪಾಲಕೃಷ್ಣ ಕುಂಟಿನಿ ಸರ್ ಗೂ ಮತ್ತುಳಿದ ಕೂಟದಲ್ಲಿನ ಕುಟುಂಬಸ್ಥರಿಗೂ ನಾನು ಆಭಾರಿ. ನನ್ನ ಮೆಚ್ಚಿನ ಪುಷ್ಪ ಪರಾಗ ಮತ್ತು ಅಭಿರುಚಿ ಬಳಗದ ಬಂಧುಗಳಿಗೂ ನಾನು ಋಣಿ ಇನ್ನು ತಿಂಗಳಿಗೊಂದು ಪುಸ್ತಕದ ಚರ್ಚೆ ಹಮ್ಮಿಕೊಂಡು ಓದಲು ಪ್ರೇರೇಪಿಸುವ 'ಈ ಹೊತ್ತಿಗೆ'ಯ ರೂವಾರಿ ಜಯಲಕ್ಷ್ಮೀ ಪಾಟೀಲ್ ಮೇಡಂ ಮತ್ತು ಬಳಗಕ್ಕೂ ಪ್ರೀತಿಯಪ್ಪುಗೆ.

ನನ್ನಿಂದ ತಮ್ಮ ಪತ್ರಿಕೆಗೆ ಬರೆಸಿಕೊಂಡು ಪ್ರಕಟಿಸಿ, ನನ್ನ ಬರವಣಿಗೆಗೆ ನೀರೆರೆಯುವ ವಿನಾಯಕ್ ಭಟ್ ಮೂರೂರು (ಹೊಸ ದಿಗಂತ), ವಿದ್ಯಾರಶ್ಮಿ ಪೆಲತ್ತಡ್ಕ (ವಿಜಯ ಕರ್ನಾಟಕ), ಪ್ರಿಯಾ ಕೆರ್ವಾಶೆ (ಕನ್ನಡಪ್ರಭ), ಶ್ರೀದೇವಿ ಕಳಸದ (ಆಗ ವಿಶ್ವವಾಣಿ, ಈಗ ಟಿವಿ9 ಕನ್ನಡ), ರಾಧಾಕೃಷ್ಣ ಭಡ್ತಿ(ಹಸಿರುವಾಸಿ), ಪರಮೇಶ್ವರ್ ಭಟ್ (ನ್ಯೂಸಿಕ್ಸ್ ಕನ್ನಡ), ಶ್ರೀವತ್ಸ ನಾಡಿಗ್ (ಕನ್ನಡ ಪ್ರೆಸ್), ಅರುಣ್ ಬನ್ನೂರ್ (ಪ್ರತಿಲಿಪಿ), ವಿಜಯ್ ದಾರಿಹೋಕ ಮತ್ತು ಶ್ರೀ ತಲಗೇರಿ (ನಸುಕು.ಕಾಮ್) ಮತ್ತು ಉಳಿದವರಿಗೂ ತುಂಬು ಅಕ್ಕರೆ.

ನನ್ನ ಸಮಕಾಲೀನ ಗೆಳೆಯರಾಗಿ ಸದಾ ಬರೆಯಲು ಪ್ರೋತ್ಸಾಹಿಸುವ ಮೇಘನಾ ಸುಧೀಂದ್ರ, ಪ್ರಸಾದ್ ನಾಯ್ಕ್, ಮಧುಸೂಧನ್ ವೈ.ಎನ್, ದಿವ್ಯಾ ಹೆಗಡೆ, ಚೈತನ್ಯಾ ಹೆಗಡೆ, ಛಾಯಾ ಭಟ್, ಸೌಮ್ಯಾ ಭಾಗ್ವತ್, ರವೀಶ್ ಭಟ್ ಶೃಂಗೇರಿ, ಲಹರಿ ತಂತ್ರಿ, ಶ್ಯಾಮಲಾ ಭಟ್, ಸಂಜೋತಾ ಪುರೋಹಿತ್, ರಾಜು ನಾಗಮಂಗಲ, ಭಾಗ್ಯಶ್ರೀ ಹೆಗಡೆ, ರಾಜೇಶ್ವರಿ ಲಕ್ಕಣ್ಣನವರ್, ಸಚಿನ್ ತೀರ್ಥಹಳ್ಳಿ, ಲೋಹಿತ್ ಶರ್ಮಾ, ಅನನ್ಯ ತುಷೀರಾ, ಶಮಾ ನಂದಿಬೆಟ್ಟ, ಗಣೇಶ್ ವಸಿಷ್ಠ, ಸಂಧ್ಯಾ ಭಟ್, ಮತ್ತು ಉಳಿದವರಿಗೆ ಬೊಗಸೆ ತುಂಬ ಪ್ರೀತಿ.

ದೊಡ್ಡ ಬರಹಗಾರರಾದರೂ ನಮ್ಮಂತಹ ಎಳೆನಿಂಬೆಕಾಯಿಗಳಿಗೆ ರಾಶೀ ಬರೆ, ಚೆಂದ ಬರೆ ಎಂದು ಪ್ರೋತ್ಸಾಹಿಸುವ ಅಪ್ಪನೂರಿನ ಅಂತಃಕರಣದ ಜಯಂತ್ ಕಾಯ್ಕಿಣಿ ಸರ್, ಶ್ರೀಧರ ಬಳಗಾರ ಸರ್, ಜೋಗಿ ಸರ್, ಸೇತುರಾಂ ಸರ್, ಕೆ.ಎನ್. ಗಣೇಶಯ್ಯ ಸರ್, ಪ್ರಕಾಶ ಕಡಮೆ ಸರ್. ಅಮ್ಮನ ಮಮತೆಯ ಭುವನೇಶ್ವರಿ ಹೆಗಡೆ, ಮಾಲತಿ ಮುದಕವಿ, ಜಯಶ್ರೀ ದೇಶಪಾಂಡೆ, ಅನುರಾಧ ರಾವ್. ಆಣ್ಣನ ಪ್ರೀತಿಯ ಆನಂದ್ ಋಗ್ವೇದಿ, ಅಜಿತ್ ಹೆಗಡೆ ಹರೀಶಿ, ವಿಷ್ಣು ಭಟ್ ಹೊಸ್ಮನೆ, ವಿಕಾಸ್ ನೇಗಿಲೋಣಿ, ರಾಜು ಹೆಗಡೆ, ರಾಜಕುಮಾರ್

ಮಡಿವಾಳರ್. ಅಕ್ಕನ ಅಕ್ಕರೆಯ ನಂದಿನಿ ವಿಶ್ವನಾಥ್, ರೇಣುಕಾ ರಮಾನಂದ್, ಅಂಜನಾ ಹೆಗಡೆ, ವಿದ್ಯಾ ಭರತನಹಳ್ಳಿ, ಶೈಲಜಾ ಗೋರ್ನಮನೆ, ಜ್ಯೋತಿ ಜೋಗಿ, ಪೂರ್ಣಿಮಾ ಸುರೇಶ್, ಸಹನಾ ಹೆಗಡೆ, ಶಮ್ಮೀ ಸಂಜೀವ್, ತೇಜಸ್ವಿನಿ ಹೆಗಡೆ ಮತ್ತೆ ಕಣ್ತಪ್ಪಿನಿಂದ ಮಾಯವಾದ ಉಳಿದೆಲ್ಲಾ ಸಹೃದಯ ಜೀವಗಳಿಗೂ ತುಂಬು ಹೃದಯದ ಅಕ್ಕರೆ.

ನೀನು ನಿಮಿತ್ತ ಮಾತ್ರ ಬರೆಸುವವನು ನಾನು ಎಂದು ಮುಗುಳುನಗುತ್ತಾ ಕೊಳಲೂದುವ, ಬದುಕಲಿ ಸೋತು ಕೈಚೆಲ್ಲುವಾಗಿ ಪ್ರತೀ ಬಾರಿ ತನ್ನ ಕೈ ಚಾಚಿ ಹಿಡಿದೆತ್ತಿ ಮತ್ತೆ ಜೀವನ ಪ್ರೀತಿ ತುಂಬುವ ನನ್ನ ನೀಲಿ ಚೆಲುವ ಕೃಷ್ಣನಿಗೆ ಈ ಪುಸ್ತಕದಲ್ಲಿರುವ ಪ್ರತೀ ಅಕ್ಷರಗಳಷ್ಟು ತುಂಬು ಪ್ರೀತಿ.

ಡ್ರಾಫ್ಟ್ ಓದಿದ ತಕ್ಷಣ ಇದನ್ನು ಪ್ರಕಟಿಸ್ತೀವಿ ಎಂದು ಪ್ರೋತ್ಸಾಹಿಸಿ ಬೆನ್ತಟ್ಟಿದ ವೀರಲೋಕ ಪ್ರಕಾಶನದ ವೀರಕಪುತ್ರ ಶ್ರೀನಿವಾಸ ಸರ್ ಅವರಿಗೆ ಮನಃಪೂರ್ವಕ ಧನ್ಯವಾದಗಳು.

ಅಂತೂ ದಣಪೆಯೊಳಗೆ ಸಿಕ್ಕಿಕೊಂಡ ಸಾಲುಗಳನ್ನು ಹಿಂದಿನ ನಿಲ್ದಾಣದಿಂದ ಈಗಿನ ನಿಲ್ದಾಣದ ತನಕ ತಂದು ದಾಟಿಸಿದ್ದೇನೆ, ಅವು ನಿಮ್ಮ ಮನಸಿನ ಸರಗೋಲು ತೆಗೆದು ಒಳಬರಲಿ ಎಂಬ ಆಶಯದೊಂದಿಗೆ.

ಪ್ರೀತಿಯಿರಲಿ,

–ಶುಭಶ್ರೀ ಭಟ್ಟ

ನಿಮ್ಮ ಅನಿಸಿಕೆಗಳನ್ನು ಇಲ್ಲಿ ಬರೆಯಿರಿ:
shubha.bhat2@gmail.com

ಪ್ರಕಾಶಕರ ಮಾತು

ಪ್ರಿಯ ಓದುಗ ದೊರೆಗಳೆ, ಅತ್ಯಂತ ಪ್ರಾಚೀನ ಭಾಷೆಗಳಲ್ಲಿ ಒಂದಾದ ಕನ್ನಡಕ್ಕೆ ಭಾರತೀಯ ಭಾಷೆಗಳಲ್ಲೇ ವಿಶೇಷ ಸ್ಥಾನವಿದೆ. ಈ ನೆಲದ ಮಣ್ಣಿನ ಕಣಕಣದಲ್ಲೂ ಸಾಹಿತ್ಯದ ಘಮಲಿದೆ. ಸಾಂಸ್ಕೃತಿಕ ಹುಡಿಯಿದೆ. ಎಂಟೆಂಟು ಜ್ಞಾನಪೀಠ ಪ್ರಶಸ್ತಿಗಳನ್ನು ಪಡೆದ ಹೆಮ್ಮೆಯೂ ಜತೆಗಿದೆ. ಆದರೆ, ಸಾಹಿತ್ಯವನ್ನು ದಾಟಿಸುವ ವಿಷಯದಲ್ಲಿ ನಾವು ಹಿಂದೆ ಇದ್ದೇವೆ. ಸಂಕಟ ಪಡುವಷ್ಟು ಓದುಗರ ಸಂಖ್ಯೆಯನ್ನು ಹೊಂದಿದ್ದೇವೆ. ಕನ್ನಡದಲ್ಲಿ ವರ್ಷಕ್ಕೆ ಸಾವಿರಾರು ಶೀರ್ಷಿಕೆಯ ಪುಸ್ತಕಗಳು ಮುದ್ರಣವಾದರೂ ಕೆಲವೇ ಕೆಲವು ಸಾಹಿತಿಗಳನ್ನು ಹೊರತುಪಡಿಸಿ, ಹೆಸರಾಂತ ಸಾಹಿತಿಗಳ ಪುಸ್ತಕಗಳ ಪ್ರತಿಗಳು ಖರ್ಚಾಗುವುದು ಕೇವಲ ಐನೂರು, ಸಾವಿರ ಮಾತ್ರ. ಹೊಸಬರದ್ದು ಇನ್ನೂ ಘೋರ. ಕರ್ನಾಟಕದ ಏಳೂವರೆ ಕೋಟಿ ಜನಸಂಖ್ಯೆಯಲ್ಲಿ, ಒಬ್ಬ ಲೇಖಕನ ಪುಸ್ತಕವು ಸಾವಿರ ಜನರಿಗೂ ತಲುಪುತ್ತಿಲ್ಲ ಎನ್ನುವುದು ಖೇದಕರ. ಆದರೆ, ಇದನ್ನು ನಂಬಲು ಸಾಧ್ಯವಾ?

ನಿಜವಾಗಿಯೂ ಓದುಗರು ಇಲ್ಲವಾ? ಅಥವಾ ಓದುಗರಿದ್ದರೂ ಅವರಿಗೆ ಕೃತಿಗಳನ್ನು ತಲುಪಿಸುವಲ್ಲಿ ಸೋಲುತ್ತಿದ್ದೇವಾ? ಎನ್ನುವ ಪ್ರಶ್ನೆಯೊಂದಿಗೆ ನಾನು ನಿಮ್ಮಂಥ ಓದುಗರ ಬೆನ್ನುಹತ್ತಿದೆ. ಲಕ್ಷಾಂತರ ಓದುಗರಿದ್ದಾರೆ. ಆದರೆ ಅವರನ್ನು ತಲುಪುವಲ್ಲಿ ನಾವು ಸೋಲುತ್ತಿದ್ದೇವೆ ಎಂಬುದು ನನಗೆ ಮೇಲ್ನೋಟಕ್ಕೆ ಹೊಳೆದ ಸತ್ಯ. ಆ ಕಾರಣದಿಂದಲೇ ನಾನೀಗ ಓದುಗ ಮತ್ತು ಲೇಖಕರ ನಡುವಿನ ಸೇತುವೆಯೊಂದರ ನಿರ್ಮಾಣಕ್ಕೆ ಮುಂದಾಗಿದ್ದೇನೆ. ಆ ಸೇತುವೆಯ ಹೆಸರು 'ವೀರಲೋಕ ಬುಕ್ಸ್.'

ಕುಗ್ರಾಮವೊಂದರಲ್ಲಿ ತಯಾರಾದ ಮಡಕೆಯೊಂದು ಇವತ್ತು ಕಾರ್ಪೋರೇಟ್ ಅಂಗಳದಲ್ಲಿ ಮಾರಾಟಕ್ಕಿದೆ. ಪದವಿ, ಪುರಸ್ಕಾರಗಳನ್ನು ಪಡೆದುಕೊಂಡ ಬರಹಗಾರನೊಬ್ಬನ ಕೃತಿಯು ಸುಸಜ್ಜಿತ ಪುಸ್ತಕ ಮಳಿಗೆಯನ್ನೂ ತಲುಪುವಲ್ಲಿ ಸೋತಿದೆ. ಹಾಗಾಗಿ 'ವೀರಲೋಕ ಬುಕ್ಸ್' ಕನ್ನಡ ಪುಸ್ತಕ ಲೋಕಕ್ಕೆ ಕಾರ್ಪೋರೇಟ್ ಟಚ್ ನೀಡುವ ಉದ್ದೇಶ ಹೊಂದಿದೆ. ಕೇವಲ

ಪಟ್ಟಣದಲ್ಲಿ ಮಾತ್ರವಲ್ಲ, ಹಳ್ಳಿಗಾಡಿನ ಕಟ್ಟಕಡೆಯ ಓದುಗನಿಗೂ ಕನ್ನಡ ಪುಸ್ತಕವನ್ನು ತಲುಪಿಸುವ ದೃಢ ಸಂಕಲ್ಪ ನಮ್ಮದಾಗಿದೆ. ಒಬ್ಬ ಓದುಗ ತಾನು ಇಷ್ಟಪಡುವ ಪುಸ್ತಕ ಕೊಳ್ಳಬೇಕಾದರೆ ನಿಗದಿತ ಪುಸ್ತಕ ಅಂಗಡಿಗೆ ಬಂದರೆ ಮಾತ್ರ ಸಿಗುತ್ತದೆ ಎಂಬುದು ನಿಜಕ್ಕೂ ಓದುಗನಿಗೆ ಮಾಡುತ್ತಿರುವ ಮೋಸ. ಆದ್ದರಿಂದ ಅವನಿರುವ ಕಡೆಯೇ ಪುಸ್ತಕ ಸಿಗುವಂತೆ ಮಾಡುವ ಉದ್ದೇಶ ನಮ್ಮ ಪ್ರಕಾಶನದ್ದು. ಅದಕ್ಕಾಗಿ ಒಂದು ದೊಡ್ಡ ನೆಟ್‌ವರ್ಕ್ ಸಿದ್ಧ ಮಾಡಿದ್ದೇವೆ. ಊರೂರಲ್ಲಿ ಪುಸ್ತಕ ಸಿಗುವಂತೆ ಮಾಡುತ್ತಿದ್ದೇವೆ. ಇನ್ನೂ ಏನೇನೋ ಯೋಜನೆಗಳಿವೆ...

ಈ ಹೊಸ ರೀತಿಯ ಕಾರ್ಯಶೈಲಿಯ ಮೂಲಕ ನಾವು ನಮ್ಮ ವೀರಲೋಕ ಪ್ರಕಾಶನವನ್ನು ಆರಂಭಿಸಿದ್ದೇವೆ. ಇದಕ್ಕೆ ಶ್ರೀಮತಿ ಶುಭಶ್ರೀ ಭಟ್ಟ ಹಾಗೂ ನಾಡಿನ ಖ್ಯಾತ ಸಾಹಿತಿಗಳಾದ ಶ್ರೀ ವಿಶ್ವೇಶ್ವರ ಭಟ್, ಶ್ರೀ ಕುಂ. ವೀರಭದ್ರಪ್ಪ, ಶ್ರೀ ಜೋಗಿ, ಶ್ರೀ ರವಿ ಕೃಷ್ಣಾರೆಡ್ಡಿ, ಶ್ರೀ ರಂಗಸ್ವಾಮಿ ಮೂಕನಹಳ್ಳಿ, ಶ್ರೀಮತಿ ದೀಪಾ ಹಿರೇಗುತ್ತಿ, ಶ್ರೀ ಗಣೇಶ್ ಕಾಸರಗೋಡು, ಅನಂತ ಹುದೆಂಗಜೆ, ಡಾ. ಶರಣು ಹುಲ್ಲೂರು, ಶ್ರೀ ಸಂತೋಷಕುಮಾರ ಮೆಹೆಂದಳೆ, ಎನ್. ಧನಂಜಯ, ಡಾ. ಡಿ.ಎಸ್. ಶ್ರೀನಿವಾಸ ಪ್ರಸಾದ್, ಡಾ. ಗವಿಸ್ವಾಮಿ ಎನ್., ನರೇಂದ್ರ ರೈ ದೇರ್ಲ, ಶ್ರೀ ಮಂಜುನಾಥ್ ಚಾಂದ್, ಶ್ರೀ ರಾಜೀವ ನಾರಾಯಣ ನಾಯಕ, ಶ್ರೀಮತಿ ನಾಗವೇಣಿ ವೆಂ. ಹೆಗಡೆ ಹೆಗ್ಗರ್ಸಿಮನೆ, ಶ್ರೀ ರಾಘವ್, ಡಾ. ವಾಸುದೇವ ಶೆಟ್ಟಿ, ಶ್ರೀ ಸದಾಶಿವ್ ಸೊರಟೂರು ಮತ್ತು ಖ್ಯಾತ ಕಲಾವಿದರಾದ ಶ್ರೀ ರಮೇಶ್ ಅರವಿಂದ್ ಅವರು ವೀರಲೋಕಕ್ಕೆ ತಮ್ಮ ಕೃತಿಗಳನ್ನು ಕೊಟ್ಟು ಪ್ರೋತ್ಸಾಹಿಸುತ್ತಿದ್ದಾರೆ. ಓದುಗನಿರುವ ಕಡೆಯೇ ಪುಸ್ತಕಗಳನ್ನು ಒದಗಿಸುವ ಈ ಮಹತ್ಕಾರ್ಯಕ್ಕೆ ನಿಮ್ಮ ಬೆಂಬಲವೂ ಇರಲೆಂದು ಪ್ರಾರ್ಥಿಸುವೆ.

'ಹಿಂದಿನ ನಿಲ್ದಾಣ' ಕೃತಿ ಓದುವ ಸುಖ ನಿಮ್ಮದಾಗಲಿ.

ನಿಮ್ಮ,

–ವೀರಕಪುತ್ರ ಶ್ರೀನಿವಾಸ

ವೀರಲೋಕ ಬುಕ್ಸ್

ಸರಗೋಲು ಸರಿಸಿದಾಗ

1

ದಣಪೆಯೊಳಗಣ ಅಕ್ಷರಮೋಹ

ಅವಳು ಕಲಿತಿದ್ದು ಕೇವಲ ನಾಲ್ಕನೇ ತರಗತಿ, ಆದರೂ ಅವಳಿಗೆ ಸಿಕ್ಕಾಪಟ್ಟೆ ಅಕ್ಷರಮೋಹ. ಈಗಿನ ಕಾಲದವರಿಗೆ ಹತ್ತರ ತನಕದ ಮಗ್ಗಿಯೇ ಸೀದಾ ಹೇಳಲು ಸರಿಯಾಗಿ ಬರದಿರುವಾಗ, ಅವಳು ಇಪ್ಪತ್ತರ ತನಕದ ಉಲ್ಟಾ ಮಗ್ಗಿಯ ಜೊತೆಗೆ ರೇಡಿಯೋದಲ್ಲಿ ಬರುತ್ತಿದ್ದ ಹಿಂದಿ ಹಾಡನ್ನು ಬಾಯಿಪಾಠ ಮಾಡುವ ಜಾಣ್ಮೆಯೂ ಆಕೆಗಿತ್ತು. ಎಳೇ ಪ್ರಾಯದ ಹೂಪಕಳೆಯಂತಹ ಆ ಮನಸ್ಸಿಗೆ ಮದುವೆಯಾದಾಗ ಹದಿನಾರೂ ತುಂಬಿರಲಿಲ್ಲ. ತುಂಬಿ ತುಳುಕುವ ಕುಟುಂಬಕ್ಕೆ ಸೇರಕ್ಕಿ ಒದ್ದೇ ಬಂದಿದ್ದಳು. ಮದುವೆಯಾಗಿ ನಾಲ್ಕೈದು ವರ್ಷ ಕಳೆದರೂ ಕಟ್ಟದ ಬಸಿರು, ಮುಸುರೆ ತಿಕ್ಕುವಾಗ ನಿಲ್ಲದ ಬಿಕ್ಕುಸಿರು. ಕೈಹಿಡಿದವ ಪ್ರೀತಿ ಮಾಡುವವನಾದರೂ ಉಳಿದವರಿಂದ 'ಗೊಡ್ಡಿ'ಯೆಂಬ ಜರಿತ, ಕಂಡಕಂಡವರ ಮೂದಲಿಕೆಯಿಂದ ಸೋತು ಬಳಲಿದ್ದಳು. ಇಪ್ಪತ್ತಕ್ಕೆಲ್ಲಾ ಎಪ್ಪತ್ತರ ಅನುಭವ ಇಣುಕಿದಂತೆಲ್ಲಾ ಮುಗುದೆ ಗಟ್ಟಿಯಾದಳು. ಆ ಸಮಯದಲ್ಲಿ ಅವಳು ಉಸಿರಾಡಿದ್ದೇ ಅಕ್ಷರದಿಂದ. ಮದುವೆ ಮನೆಯಲ್ಲಿ ಬೂಂದಿಲಾಡು ಕಟ್ಟಿಕೊಟ್ಟ ಪೊಟ್ಟಣ, ಆಗಾಗ ಹಂಡೆ ಕಾಯಿಸುವಾಗ ಸಿಗುವ ರದ್ದಿ ದಿನಪತ್ರಿಕೆಗಳ ಅಕ್ಷರದ ಕಾಳನ್ನೂ ಬಿಡದೇ ಓದಿ ತೃಪ್ತಿಪಟ್ಟುಕೊಳ್ಳುತ್ತಿತ್ತು ಆ ಜೀವ. ಬಹುಶಃ ಅವಳಿಂದಲೇ 'ಅಕ್ಷರ'ವೆಂಬ ವಂಶವಾಹಿನಿ ನಮ್ಮ ಕುಟುಂಬಕ್ಕೆ ವರವಾಗಿ ಬಂತು. ಅವಳಿಂದ ಅಪ್ಪನಿಗೆ, ಅಪ್ಪನಿಂದ ನನಗೆ. ಹೌದು! ಆ ಅಕ್ಷರಪ್ರೇಮಿ, ಅಕ್ಷರಮೋಹಿ ಊರಿಗೆಲ್ಲಾ 'ಅಬ್ಬೆ'ಯೆನಿಸಿಕೊಂಡಿದ್ದ ನನ್ನಜ್ಜಿ ಸಾವಿತ್ರಮ್ಮ.

ನಾನು ಚಿಕ್ಕವಳಿದ್ದಾಗ ಮಾಡುವ ಅಸಾಧ್ಯ ಕಿತಾಪತಿಯ ತಡೆಯಲು ಅವಳು ಮಾಡಿದ ಉಪಾಯವೇ ಪುಸ್ತಕ. ಪುಸ್ತಕದ ರುಚಿ ಹತ್ತಿಸಿ 'ಪುಸ್ತಕ

ನನ್ನೊಳಗೋ, ನಾ ಪುಸ್ತಕದೊಳಗೋ' ಎಂಬಂತೆ ಬದುಕಲು ಕಲಿಸಿದ್ದು ನನ್ನಜ್ಜಿ ಮತ್ತು ಅಪ್ಪ. ಆಗೆಲ್ಲಾ ಶಾಲೆಯ ಪರೀಕ್ಷೆ ಮುಗಿದರೂ ಫಲಿತಾಂಶ ಬರುವ ತನಕ ಮಕ್ಕಳೆಲ್ಲಾ ಶಾಲೆಗೆ ಹೋಗಲೇಬೇಕಿತ್ತು. ಉಳಿದ ಮಕ್ಕಳೆಲ್ಲಾ ಕುಂಟಾಬಿಲ್ಲೆ, ಕಣ್ಣಾಮುಚ್ಚೆ, ಬಳೆಯೋಡಾಟ, ಹಾಣಿಗೆಂಡೆ, ಗದ್ನಕಾಯಾಟ, ಕಲ್ಲಾಟ ಅದು ಇದು ಅಂತ ಆಟದಲ್ಲಿ ಕುಣಿಯುತ್ತಿದ್ದರೆ ನಾನೊಬ್ಬಳು ಅಕ್ಕೋರ ಪುಸಲಾಯಿಸಿ ಹೆಡ್ಮಾಸ್ತರರ ಕಪಾಟಿನಲ್ಲಿದ್ದ ಕಥೆಪುಸ್ತಕ ಓದುತ್ತಿದ್ದೆ. ಕನ್ನಗಿ, ಧ್ರುವ, ಬುದ್ಧ, ಸಾವಿತ್ರಿ, ನಳ ದಮಯಂತಿ ಹೀಗೆ ಹತ್ತು ಹಲವಾರು ಸಣ್ಣಪುಟ್ಟ ಕಥೆಪುಸ್ತಕಗಳನ್ನೆಲ್ಲಾ ಪಟಪಟನೆ ಓದಿಮುಗಿಸಿ, ಮತ್ತಷ್ಟು ಕೊಡಿರೆಂದು 'ಅಕ್ಷರ ದಾಹಿ'ಯಂತೆ ಬೇಡಿಕೊಳ್ಳುತ್ತಿದ್ದೆ. 'ಎಂತಾ ಓದ್ತತೆ ಕೂಸು. ಕಪಾಟೆಲ್ಲಾ ಖಾಲಿ ಅಗುಕ್ ಬಂದದೆ ಓದಿ. ಹಿಂಗೆಲ್ಲಾ ಓದ್ಕ ಚಸ್ಮಾ ಬಂದ್ರ್ ನಮ್ಗ್ ಹೇಳ್ಬೇಡಿ ಕಡಿಗೆ' ಎಂಬ ದೂರು ಮನೆ ತಲುಪಿತ್ತು. 'ಚಸ್ಮಾ ಬಂದ್ ಕೂಸ್ನಾ ಯಾರ್ ಮದ್ವೆ ಮಾಡ್ಕತ್ತಾ' ಎಂದು ಕೆಂಗಣ್ಣು ಬೀರುತ್ತಾ ಅಮ್ಮ ಲೊಚಗುಟ್ಟಿದರೆ, ಭೇಷ್ ಎಂದು ಹುರಿದುಂಬಿಸಿದವರು ಅಜ್ಜಿ ಮಾತ್ರ.

ಪ್ರತೀ ವಾರ ಬರುತ್ತಿದ್ದ ಸುಧಾ ತರಂಗಗಳಲ್ಲಿನ ಮಕ್ಕಳ ಕಥೆಯನ್ನಷ್ಟೇ ಓದಬೇಕೆಂಬುದು ನನ್ನಮ್ಮ ಮಾಡಿದ ಮಳ್ಳು ನಿಯಮಗಳಲ್ಲಿ ಒಂದಾಗಿತ್ತು. ಆದರೆ ಒಳ್ಳೆಯ ಕಥೆಗಳಿದ್ದರೆ ಅಮ್ಮನ ಕಣ್ತಪ್ಪಿಸಿ ಅಜ್ಜಿಯೇ ಓದಿಸುತ್ತಿದ್ದಳು. ಶಾಲೆಯ ಪುಸ್ತಕದಲ್ಲಿ ಕಥೆ ಪುಸ್ತಕವನ್ನಿಟ್ಟು ಓದುವುದನ್ನು ನೋಡಿದಾಗಲೆಲ್ಲಾ 'ಪೋಕ್ರಿಶಾ...' ಎಂದು ರಾಗವಾಗಿ ಕರೆದು ಶತ ತುಂಟಿಯಂತೆ ನಗುತ್ತಾ ಬೆನ್ನಿಗೆ ಗುದ್ದಿ ಹೋಗುತ್ತಿದ್ದಳು. ಆದರೆ ಹದ್ದಿನ ಕಣ್ಣಿನ ಅಮ್ಮನಿಗೆ ಕಥೆ ಪುಸ್ತಕ ಓದುವ ವಿಷಯ ತಿಳಿದು ದಾಸ್ವಾಳ ಶೆಳೆ ತರುವುದರೊಳಗೆ, ಗುಡುಗುಡನೆ ನನ್ನ ಕಿವಿಯಲ್ಲಿ ಗುಸುಗುಟ್ಟಿ ನಾನು ತಪ್ಪಿಸಿಕೊಳ್ಳುವಂತೆ ಮಾಡಿ ಅಮ್ಮನ ಬಳಿ ತಾನು ಬೈಸಿಕೊಂಡು ಗೊಳ್ಳೆಂದು ನಕ್ಕುಬಿಡುತ್ತಿದ್ದಳು. ನಾನು ಓದುತ್ತಿದ್ದರೆ ಅವಳಿಗೆ ತಾನೇ ಓದಿದಂತಹ ಖುಶಿ. ಅವಳು ನನಗಿತ್ತ ಉತ್ತೇಜನವೇ ಓದನ್ನು ನಾನು ಹಚ್ಚಿಕೊಂಡು ಮೆಚ್ಚಿಕೊಳ್ಳುವಂತೆ ಮಾಡಿದ್ದು. ಪಿಯುಸಿಯಲ್ಲಿದ್ದಾಗ 'ಪ್ರಿಯಾಂಕ' ಪತ್ರಿಕೆಯಲ್ಲಿ ನನ್ನ ಮೊದಲ ಕಥೆ ಪ್ರಕಟವಾಗಿತ್ತು. ಆಗ ನಮ್ಮೆಲ್ಲರಿಗಿಂತ ಖುಶಿಪಟ್ಟಿದ್ದು ಅಜ್ಜಿ. ಅವಳಿಗದಾಗಲೇ ಅರಳುಮರುಳು ಶುರುವಾಗಿತ್ತು, ಹೇಳಿದ್ದೇ ನೂರು ಸಲ ಹೇಳಿದವರ ಬಳಿಯೇ ಹೇಳುತ್ತಿದ್ದಳು. ದಣಪೆಕಟ್ಟೆಯಲ್ಲಿ ಕುಳಿತು ದಾರಿಯಲ್ಲಿ ಹೋಗಿ ಬರುವವರನ್ನೆಲ್ಲಾ ಕರೆದು ಮಾತನಾಡಿಸಿ ಕೊನೆಗೆ ನನ್ನ ಕಥೆಯ ಬಗ್ಗೆ ಪ್ರವರ ಹೇಳಿ ಕಳಿಸುತ್ತಿದ್ದಳಂತೆ. ಪದೇ ಪದೇ ಕೇಳಿಸಿಕೊಂಡವರೆಲ್ಲಾ ಅಜ್ಜಿಯ ಕುರುಡುಪ್ರೇಮವೆಂದು ಮೂಗು ಮುರಿಯುತ್ತಿದ್ದರಾ? ನೋಡಿಲ್ಲ. ಆದರೆ ನನಗೆ ಮಾತ್ರ ದಣಪೆಯನ್ನೂ ದಾಟದ ಅವಳ ಭಾವನೆಗಳ

ಸಾಲುಗಳಿಗಿನ್ನು ಬಿಡುಗಡೆ ಸಿಗಬಹುದೆಂಬ ಆಶಾಕಿರಣ ಅವಳಲ್ಲಿ ಬೆಳಗಿದ್ದು ಕಾಣುತ್ತಿತ್ತು.

ನಂತರದ ದಿನಗಳಲ್ಲಿ ಹಲವಾರು ಕಥೆಗಳು, ಲೇಖನಗಳೆಲ್ಲಾ ವಿವಿಧ ಪತ್ರಿಕೆಯಲ್ಲಿ ಪ್ರಕಟಗೊಂಡವು. ಆದರೆ ಅದನ್ನೆಲ್ಲಾ ಓದಲು ಅವಳಿಂದಾಗಲೇ ಇಲ್ಲ. ವೃದ್ಧಾಪ್ಯದ ಮರುಳುತನ ಜಾಸ್ತಿಯಾಗಿ ಶಿಶುವಿನಂತಾಡುತ್ತಿದ್ದ ಅವಳಿಗೆ ಓದುವುದಿರಲಿ ಕೇಳಿಸಿಕೊಳ್ಳುವ ಮನಸ್ಸೂ ಇರಲಿಲ್ಲ. ದಣಪೆಲಿ ಯಾರೋ ನಿತ್ಕಂಜ, ನಂಗೆ ಬಿಳಿ ಐಕೀಮ್ ತಂದ್ ಕೊಡಾ, ಅಪ್ಪೆಹುಳಿ ಮಾಡು, ಅಮಟಿ ಮಾಡಿದ್ಯಾ ಎಂದು ಸಣ್ಣ ಬಾಲೆಯಂತೆ ಊಟ ತಿಂಡಿಗೂ ಹಟ ಮಾಡುತ್ತಾ, ಸುಮ್ಮನೆ ಮಗುವಿನಂತೆ ಸೊಸೆಯ ಕೈತುತ್ತು ತಿನ್ನುತ್ತಾ ಕಣ್ತುಂಬಿಕೊಳ್ಳುತ್ತಿದ್ದಳು. 'ಅಬ್ಬೆ ಒಂದು ಕಥೆ ಹೇಳ್ಲನೆ?' ಅಂದ್ರೆ ಆ ಕಡೆಯಿಂದ ಉತ್ತರವೇ ಬರುತ್ತಿರಲಿಲ್ಲ. ಕೊನೆಪಕ್ಷ ಹ್ಞೂಂಕಾರವೂ ಇಲ್ಲದೇ ಮಂದದೃಷ್ಟಿ ಮನೆಯ ಮಾಡನ್ನೇ ದಿಟ್ಟಿಸುತ್ತಾ ನಿರ್ಲಿಪ್ತವಾಗಿರುತ್ತಿತ್ತು. ಅಕ್ಷರದಲ್ಲೇ ತನ್ನ ಜೀವನದ ನೆಮ್ಮದಿ ಕಂಡುಕೊಂಡವಳು ಕೊನೆಕ್ಷಣಕ್ಕೆ ಅಕ್ಷರವನ್ನೇ ಮರೆತದ್ದು ಅರಗಿಸಿಕೊಳ್ಳಲು ನನ್ನಿಂದಾಗಲೇ ಇಲ್ಲ. ಅವಳಿಲ್ಲದ ವರುಷ ಅವಳ ನೆನಪಿನಿಂದ ತಪ್ಪಿಸಿಕೊಳ್ಳಲು ಲೈಬ್ರರಿಯಲ್ಲಿ ಕುಳಿತು ಹುಚ್ಚಿಯಂತೆ ಓದಿದ್ದಿದೆ, ರಾಮಕೃಷ್ಣಾಶ್ರಮದ ಪ್ರಾಂಗಣದಲ್ಲಿ ಕುಳಿತು ಕಂಡಿದ್ದೆಲ್ಲಾ ಗೀಚಿದ್ದಿದೆ, ಅಪರಾತ್ರಿಯಲ್ಲಿ ಉಕ್ಕಿ ಬರುವ ಬಿಕ್ಕನ್ನು ಅಡಗಿಸಲು ಗುಮ್ಮನಂತೆ ಪಿಜಿಯ ಮೆಟ್ಟಿಲ ಬಳಿ ಕುಳಿತು ಓದಿದ್ದೂ ಇದೆ. ನನ್ನ ಪ್ರತೀ ಅಕ್ಷರದ ಉಸಿರಲ್ಲೂ ಅವಳ ಬಿಸುಪಿದೆ, ಅವಳು ಪಿಸುಗುಟ್ಟಿದ ಗುಟ್ಟಿದೆ. ನಾನು ಗೀಚಿದ್ದೆಲ್ಲಾ ನಿಮ್ಮ ಮೂಲಕ ಓದುತ್ತಾಳೆಂಬ ನಂಬಿಕೆಯಿದೆ. ಈ ಕ್ಷಣ ತೀವ್ರವಾಗಿ ಅನಿಸುತ್ತಿದೆ ಅವಳಿರಬೇಕಿತ್ತು ಇಂದು 'ದಣಪೆದಾಟಿದ ಸಾಲು'ಗಳ ಓದಲು, ಕಾಣಲು, ಸಂಭ್ರಮಿಸಲು.

2

ಬಚ್‌–ಪನ್‌ ಎಂಬ ಮಜವಾದ ಬಾಲ್ಯ

ಗಪ್ಪೆ ಹೊಡೆದು ದಣಪೆ ಹಾರಿ
ನೆಗೆದು ಬಿದ್ದು ಮಂಡಿ ಸೋರಿ
ಆಕಾಶಭೂಮಿ ಒಂದು ಮಾಡಿ
ಅಮ್ಮನಿಂದ ಪೆಟ್ಟು ತಿಂದು
ಅಜ್ಜಿಯಿಂದ ಮುದ್ದುಗರೆಸಿಕೊಂಡ
ಆ ಹಳೆಯ ನೆನಪೆ ಸುಮಧುರ ॥
ಚಂದಮಾಮನ ಕಥೆಯ ಓದಿ
ಬೇತಾಳನ ಪ್ರಶ್ನೆಗಂಜಿ
ಡಿಂಗನಂತೆ ಮಂಗಾಟವಾಡಿ
ಲಂಬೋದರನಂತೆ ಬಲಪ್ರದರ್ಶನ ಮಾಡಿ
ಜಿಗಿದಾಡಿದ ಬಾಲ್ಯದ ನೆನಪೇ ಸುಮಧುರ

ಹೀಗೆ ವಿವರಿಸುತ್ತಾ ಹೋದರೆ ಪುಟಗಳೇ ಬೇಕಾಗಬಹುದೇನೋ? ಅದೆಷ್ಟು ಸುಂದರವಾಗಿತ್ತು ನಮ್ಮ ಬಾಲ್ಯ. ಈ ನಗರ ಥಳಕು–ಬಳಕಿನ ಹುಳುಕು ಕೊಳಕಿಲ್ಲದೆ, ಮುಗ್ಧ ಸರಳ ಸುಂದರ ಪರಿಸರದಲ್ಲಿ ಅದೆಷ್ಟು ಸೊಗಸಾಗಿತ್ತು ನಮ್ಮ ಬಾಲ್ಯ. ಅವು. ಮರೆಯಲಸಾಧ್ಯದ ಮಧುರ ನೆನಪುಗಳು...

ಬೇಸಿಗೆ ರಜಾಕ್ಕೆಂದು ಅಜ್ಜಿಮನೆಗೆ ಬರುತ್ತಿದ್ದ ಅತ್ತೆಮಕ್ಕಳು. ಅವರು ಬರುವರೆಂಬ ಸಂಭ್ರಮವೇ ವರ್ಣಿಸಲಸಾಧ್ಯ. ಸುಳ್ಳು ಸುಳ್ಳು ದೆವ್ವದ ಕಥೆ (ಸುಳ್ಳು ಅಂತ ಆವಾಗ ಗೊತ್ತಿರ್ಲಿಲ್ಲ) ಹೇಳಿ ಹೆದರಿಸುತ್ತಿದ್ದ ಗಣೇಶಣ್ಣ, ಕಥೆ ಹೇಳುತ್ತಾ ಹೇಳುತ್ತಾ ಮಂಗನನ್ನು ದೆವ್ವವೆಂದು ತೋರಿಸಿದಾಗ, ಎದ್ನೋ ಬಿದ್ನೋ ಅಂತ ಓಡಿ, ಅಣ್ಣನ ತರಹ ದಣಪೆ ಹಾರಲು ಹೋಗಿ ದೊಪ್ಪನೆ ಬಿದ್ದು, ಮಂಡಿಗಾದ

ಗಾಯದ ಕಲೆಯಿನ್ನೂ ಇದೆ. ಅಂದಿನ ನೋವಿನ ಅಳು ಮಾತ್ರ ಇಂದಿನ ನೆನಪಿನ ಮುಗುಳುನಗುವಾಗಿದೆ. ಅಕ್ಕಂದಿರ ಜೊತೆ ಪಾಗಾರಕಟ್ಟೆ ಹತ್ತಿ ಕುಳಿತು ಸುದ್ದಿ ಹರಟುತ್ತಿದ್ದಾಗ, ಜೀವನಕ್ಕ ಕಂಡ ನಾಗರಹಾವಿಗೆ ಎಲ್ಲರೂ ಓಡೋಡಿ ಹೊದರೆ, ಪಾಗಾರ ಕಟ್ಟೆಯಿಂದ ಇಳಿಯಲಾಗದೇ ಭಯದಲ್ಲಿ ಕಿರುಚಾಡಿದ ನೆನಪಿಂದು ನಗುವಲ್ಲಿ ಮಿಂದಿದೆ. ಹಾವು ಬಂದ ಜಾಗಕ್ಕೆ ತುಳಸಿ ನೀರು ಹಾಕಿ 'ನೀ ಎಂತಕ್ಕೆ ಇಲ್ಲೆಲ್ಲಾ ಬತ್ಯಾ ಮಾರಾಯ? ಇದ್ ನಿನ್ನ ಜಾಗಲ್ಲ. ಸಣ್ ಸಣ್ ಮಕ್ಕಾ ಓಡಾಡು ಜಾಗ, ಹೋಗು ಮನೆಗ್ ನಡೆ. ಬ್ಯಾಗ್ ಪೂಜೆ ಕೊಡ್ತ ಮಾರಯಾ, ನಡೆ ನಡೇ' ಎಂದು ಹಾವನ್ನು ಮನುಷ್ಯರಂತೆ ಮಾತನಾಡಿಸುವ ಅಮ್ಮ–ಅಜ್ಜಿಯ ಮುಗ್ಧತೆಯ ನೆನಪಿಂದು ಮಿಡಿದಿದೆ.

ಪ್ರತೀ ಭಾನುವಾರ ಭರತನಾಟ್ಯ ಕ್ಲಾಸಿಗೆ ಹೋಗುವಾಗ ಬಸ್ಸಿಗೆಂದು ಅಪ್ಪ ಕೊಡುವ ಪುಡಿಗಾಸಲ್ಲಿ ಚೂರು ಪಾರು ಉಳಿಸಿ ಅದರಿಂದ ಕದ್ದು ಚಂಪಕ, ಚಂದಮಾಮ, ಬಾಲಮಂಗಳ, ದಿನಕ್ಕೊಂದು ಮಕ್ಕಳ ಕಥೆ ಪುಸ್ತಕ ತೆಗೆದುಕೊಳ್ಳುವಾಗ ಇದ್ದ ಸುಖ ಇಂದು 'Sidney Sheldon' ಪುಸ್ತಕ ಕೊಂಡುಕೊಳ್ಳುವಾಗಿಲ್ಲ. ಸಮಯಕ್ಕೆ ಸರಿಯಾಗಿ ಊಟಕ್ಕೆ ಬರದೆ ಅಮ್ಮನ ಗೋಳಾಡಿಸುತ್ತಿದ್ದ ದಿನಗಳವು. ಅಮ್ಮನ ಪೆಟ್ಟು, ಅಪ್ಪನ ಉಪ್ಪಿನಮೂಟೆ ಎಂಬ ಕೂಸುಮರಿ, ಅಜ್ಜಿಯ ಒರಟು ಕೈ ಗಿಲ್ಗಿಚ್ಚಿಯಂತಹ ಪ್ರೀತಿ ಎಲ್ಲವೂ ಎಷ್ಟು ಸುಂದರವಾಗಿತ್ತು. ಶಾಲೆಪುಸ್ತಕದೊಳಗೆ ಕಥೆ ಪುಸ್ತಕವನ್ನಿಟ್ಟು, ಅಪ್ಪ–ಅಮ್ಮನ ಮರಳು ಮಾಡುತ್ತಿರುವುದ ನೆನೆಸಿಕೊಂಡರೆ ಎದೆಯಲ್ಲೆಲ್ಲಾ ಕಚಗುಳಿ.

ಕುಂದಾಪುರದ ಹಳ್ಳಿಯಲ್ಲಿದ್ದ ಅತ್ತೆ ಮನೆಯಲ್ಲಿನ ಬೇಸಿಗೆ ರಜೆ. ಅಮ್ಮನ ನೆನಪು ಮರೆಸುವ ಅತ್ತೆ, ದೊಡ್ಡಕ್ಕ ಅಪರ್ಣಕ್ಕ ಮಾಡಿಸುವ ಕಚಗುಳಿ ಸ್ನಾನದಲ್ಲಿದ್ದ ಮೈಸೂರು ಸೋಪಿನ ಮಮತೆಯ ಸುಗಂಧ, ಅಪರ್ಣಕ್ಕನ ಸ್ನಾನದ ನಂತರ ತಲೆಬಾಚಿ ಪೌಡರು ಹಾಕಿ ತಯಾರು ಮಾಡುವ ಭಾಗ್ಯಕ್ಕನ ಮುದ್ದು, ಚೇತನಕ್ಕನ ಜೊತೆಯಾಡಿದ ಮರಕೋತಿಯಾಟದಲ್ಲಿನ ಖುಶಿ. ಮಾವ ತರುವ ಕಲ್ಲುಸಕ್ಕರೆ, ಅತ್ತೆ ಮಾಡಿಕೊಡುವ ಬಿಸಿಬಿಸಿ ತುಪ್ಪದ ದೋಸೆ, ಮೈಮರೆಸುವ ಮಾವಿನ ತೋಪು, ನಾಗೂರು ತೋಟದಮನೆಯ ಆ ದಿನಗಳ ಮರೆಯಲೆಂತು?

ಮಳೆಗಾಲದ ನೀರಲ್ಲಿ ತೇಲಿಬಿಟ್ಟ ಕಾಗದದ ದೋಣಿ. ಮಳೆ ನೀರು ಸೋಕಬಾರದೆಂದು ನಮ್ಮನೆ ನಾಯಿ ಪೊಕ್ಕಣ್ಣನಿಗೆ ಮಾಡಿಕೊಟ್ಟ ರಟ್ಟಿನ ಪೆಟ್ಟಿಗೆಯ ಮನೆ, ಅಮ್ಮ ಕರಿದುಕೊಡುವ ಹಲಸಿನಕಾಯ್ ಹಪ್ಪಳ, ಕೊಡೆಯಿದ್ದರೂ ನೆನೆಸಿಕೊಂಡು ಬರುವ ನಾನು ತಂಗಿ, ಶೀತವಾಗಿ ಬೈಸಿಕೊಂಡು ತಲೆಗೆ ಬಟ್ಟೆಕಟ್ಟಿ ಬೆಚ್ಚಗೆ ಕೂತು ಕುಡಿವ ಕಷಾಯದಲ್ಲಿರುವ ಖುಶಿ ಮತ್ತೆಲ್ಲಿದೆ?

ಆಲದಕಟ್ಟೆಯಲ್ಲಿ ಸಂಜೆಯಾದರೆ ಸೇರುವ ಹಿರಿ–ಕಿರಿ ತಲೆಗಳು, ಅವರೊಂದಿಗೆ ಆಟವಾಡಲು ಹೊರಡುವ ನಾವು ಮಕ್ಕಳು. ಉಳಿದೆಲ್ಲಾ ಮಕ್ಕಳಿಗೆ ಅವರವರ ಅಜ್ಜಂದಿರು ಕೊಡಿಸುವ ಎಂಟಾಣೆ ಶೇಂಗಾ. ಆ ಶೇಂಗಾದಲ್ಲಿ ನಮಗೆ ಪಾಲು ಸಿಕ್ಕರೂ, ನನಗೆ ನನ್ನ ತಂಗಿಗೆ ಅಜ್ಜನಿಲ್ಲದ ಕೊರತೆ ನೋವು. ಅಜ್ಜ ಬೇಕೆಂದು ಹಠಮಾಡಿ ಅಪ್ಪ–ಅಜ್ಜಿಗೆ ಬೇಸರ ಮಾಡಿಸಿದ್ದಕ್ಕೆ ಅಮ್ಮನಿಂದ ತಿಂದ ಕೋಲೇಟು, ಆಗ ತಮ್ಮ ಬೇಸರವನ್ನೂ ಮರೆತು ಅಜ್ಜನಾಗಿ ನಮ್ಮೊಡನೆ ಶೇಂಗಾ ತೆಗೆಸಿಕೊಡಲು ಬರುತ್ತಿದ್ದ ಅಜ್ಜಿ. ಅವಳ ನೆನಪಾಗಿ ನಕ್ಷತ್ರ ನೋಡಿದರೆ ಅದರಂಚಿಂದ ಬೊಚ್ಚುಬಾಯಿ ತೆಗೆದು ಅವಳು ನಕ್ಕಂತಾಗಿ ಕಣ್ಣಂಚು ಒದ್ದೆಯಾಗಿದೆ. ಪೆನ್ನು ಮುಂದಕ್ಕೋಡುತ್ತಿಲ್ಲ, ನೆನಪು ಹಿಂದಕ್ಕೆ ಜಾರಿದೆ.

3

ನಾಗಿಮಳ್ಳಿಯೊಳಗಿನ ಮಮತೆಯ ಸೆಲೆ

ಅದೊಂದು ದಿನ ಶನಿವಾರ ಮಧ್ಯಾಹ್ನ ನಾನು ಚಂಪಕ, ಅಜ್ಜಿ 'ಸುಧಾ' ಪತ್ರಿಕೆಯ ಅಕ್ಷರಗಳನ್ನೆಲ್ಲಾ ಗುಕ್ಕು ಹಾಕಿಕೊಳ್ಳುತ್ತಿದ್ದೆವು. ಕೈಯಲ್ಲಿ ಚಂಪಕವಿದ್ದರೂ ಕಣ್ಣೆಲ್ಲಾ ಸುಧಾ ಪತ್ರಿಕೆಯ ಮೇಲೆ. ನನಗಾಗಲೇ ಅದರಲ್ಲಿ ಬರುತ್ತಿದ್ದ ಕಥೆಗಳನ್ನು ಓದುವ ಹುಚ್ಚು. ಆದರೆ ಚಿಕ್ಕಮಕ್ಕಳು ದೊಡ್ಡವರ ಕಥೆ ಪುಸ್ತಕ ಓದಬಾರದು ಎನ್ನುವುದು ನಮ್ಮಮ್ಮ ಮಾಡಿರುವ ಮಳ್ಳು ರೂಲುಗಳಲ್ಲೊಂದಾಗಿತ್ತು. 'ಗೌರೀಶ್ ಕಾಯ್ಕಿಣಿ', 'ಯಶವಂತ್ ಚಿತ್ತಾಲ' ಮತ್ತು 'ನಾ. ಡಿಸೋಜ' ಇನ್ನೂ ಅನೇಕರ ಬರಹಗಳನ್ನು ನಮ್ಮ ಊರಿನವರೆಂಬ ಹೆಮ್ಮೆಯಿಂದ ಓದಿದ್ದನ್ನೇ ನಾಲ್ಕೈದು ಬಾರಿ ಓದಿದ ಅಸ್ಪಷ್ಟ ನೆನಪು. ನಾನೂ ಹಣುಕಿ ಹಾಕಿ ಓದಲು ಕುಳಿತಿದ್ದೆ ಅಜ್ಜಿಗೆ ಗೊತ್ತಾಗದ ಹಾಗೆ. ಆಗ ಹಠಾತ್ತನೆ ಕೆಟ್ಟ-ಕೆಟ್ಟ ಪದಗಳ ಬೈಗುಳದ ರಾಗ ಪುಂಖಾನುಪುಂಖವಾಗಿ ಕೇಳಿಬರತೊಡಗಿದಾಗ ಅದು ನಾಗಿಮಳ್ಳಿಯ ದನಿಯೆಂಬುದು ನಮ್ಮೂರಲ್ಲಿ ಅಂಡು ತೊಳೆಸಿಕೊಳ್ಳುತ್ತಿದ್ದ ಮಗುವಿಗೂ ಗೊತ್ತಿದ್ದ ಸತ್ಯವಾಗಿತ್ತು. ಅಜ್ಜಿ ಸಿದ್ದೆಯಲ್ಲಿ ಅಕ್ಕಿಯನ್ನು ತಂದು ಅವಳಿಗೆ ಕೊಟ್ಟು ಬಾ ಎಂದು ಕೊಟ್ಟರು, ನಾನು ಅಜ್ಜಿ ಆಗಾಗ ಮೆಲುಕುತ್ತಿದ್ದ ಪಾರ್ಲೆಜಿ ಬಿಸ್ಕಿಟನ ಪೊಟ್ಟಣವನ್ನು ಕೊಂಡೊಯ್ದಿದ್ದೆ ಅಜ್ಜಿಗೆ ಕಾಣದಂತೆ. ದಣಪೆ ಕೋಲು ತೆಗೆದು ದೂರದಲ್ಲಿ ಬರುತ್ತಿದ್ದ ಅವಳಿಗಾಗಿ ಕಾಯತೊಡಗಿದೆ. ವರುಷಗಟ್ಟಲೇ ನೀರು ಕಾಣದ ತಲೆಗೂದಲುಗಳೆಲ್ಲಾ ಸಟೆದುಕೊಂಡು ಗಂಟಾಗಿತ್ತು, ಅವಳುಟ್ಟ ಅರ್ಧ ಹರಿದ ಸೀರೆಗೆ ಅದೆಷ್ಟು ಶತಮಾನವಾಗಿತ್ತೋ ನಾರುತ್ತಿತ್ತು. ಕೈಯಲ್ಲಿ ನಾಲ್ಕೈದು ಪಾಚಿಗಟ್ಟಿದಂತಹ ಕೈಚೀಲಗಳು, ಸರ್ಪದ ಕಣ್ಣಂತೆ ತೀಕ್ಷ್ಣವಾಗಿದ್ದ ಆ ಕಣ್ಣುಗಳಲ್ಲಿ, ಧುಮ್ಮಿಕ್ಕುವ ಜಲಪಾತ ಎಂದೋ ಇಂಗಿಹೋದ ಕುರುಹು. ಅವಳನ್ನು ನೋಡ್ತಾ ಯೋಚನೆಯಲ್ಲಿ ಮೈಮರೆತಿದ್ದ ನನ್ನನ್ನು ಎಚ್ಚರಿಸಿದ್ದು

ಅವಳ ಆ ಕಟುದನಿ. 'ಏ ಬೆಳ್ಳಕ್ಕಿ ಕೂಸೇ! ಈ ಗಂಡ್ಸ್ರು ಯಾರೂ ಸಮಿಲ್ಲ, ಎಲ್ರೂವ ***** ಮಕ್ಳೆಯಾ. ಹುಶಾರಿ ಗುತ್ತಾಯ್ತೆ?' ಎಂದವಳ ದನಿಯಲ್ಲಿ ಕೇಳಿಸಿದ್ದು ಶುದ್ಧ ಅಂತಃಕರಣದ ಭಾವ, ಉಳಿದ ಕೆಟ್ಟ ಶಬ್ದ ಕಿವಿಯ ತಮಟೆಯನ್ನು ಕೂಡ ತಾಕಿರಲಿಲ್ಲ, ಆದರೆ ಆ ಕಾಳಜಿ ಹೃದಯಕ್ಕಿಳಿದಿತ್ತು. ನೋಡಿದಾಗ ಅವಳಾಗಲೇ ಮುಂದಿನ ಮನೆ ದಣಪೆ ದಾಟಿದ್ದಳು. ಅದೇ ಕರ್ಕಶವಾದ ಕೆಟ್ಟ ಶಬ್ದಗಳ ನಿಘಂಟನ್ನು ಹರಿಬಿಟ್ಟು. ನಿಡುಸುಯ್ದು ಮನೆಗೆ ಬಂದೆ, ಮನವೆಲ್ಲಾ ಅಲ್ಲೇ.

'ಅವ್ಳಿಗೆಂತಾ ಆಯ್ದು? ಎಂತಕ್ ಹಾಂಗೆಲ್ಲಾ ಕೆಟ್ಟ ಭಾಷೆ ಮಾತಾಡ್ತು, ಎಲ್ರಿಗೂ ಬೈಯ್ತಾ ತಿರ್ಗ್ತು?' ಎಂದು ಅಜ್ಜಿಯ ಬಳಿ ಕೇಳಿದೆ. ನನ್ನ ಸಪ್ಪಗಾದ ಮುಖ ಕಂಡು ಅಜ್ಜಿಯೂ ಅವಳ ಕಥೆ ಹೇಳಲು ಬಯಸಿ ಜಗುಲಿಯಲ್ಲಿ ಕುಳಿತಳು, ಅಮ್ಮನೂ ಪುರುಸೊತ್ತು ಮಾಡಿಕೊಂಡು ಕೇಳಲು ಬಂದಳು. ಅಮ್ಮನ ಜೊತೆಗೆ ಬಂದ ಅವಳ ಬಾಲ ಅಂದರೆ ನನ್ನ ಪುಟ್ಟ ತಂಗಿಗೆ ಇದೆಲ್ಲಾ ಕೇಳುವ ವಯಸ್ಸಲ್ಲಾ ಎಂಬ ಅಮ್ಮನ ಮತ್ತೊಂದು ರೂಲ್ಸಿನ ಅನ್ವಯ ಪುಸಲಾಯಿಸಿ ಪಕ್ಕದಮನೆ ಶೆಟ್ರ ಕಿರಿಮಗಳ ಜೊತೆಗೆ ಆಡಿಕೊಳ್ಳಲು ಓಡಿಸಾಯ್ತು, ಅವಳನ್ನು ಬಿಟ್ಟು ಬರಲು ಅಪ್ಪ. ಅಪ್ಪ-ಮಗಳು ತೋಟದ ದಾರಿಯಲ್ಲಿ ಹೊರಟದನ್ನು ಮತ್ತೊಮ್ಮೆ ಕಣ್ಣು ಕಿರಿದಾಗಿಸಿ ನೋಡಿ ಖಚಿತಪಡಿಸಿಕೊಂಡ ಅಜ್ಜಿ ಕಥೆಯನ್ನು ಶುರು ಹಚ್ಚಿಕೊಂಡಳು. (ಅಜ್ಜಿಯ ಹಳೆಯ ಹವಿಗನ್ನಡ ಉಳಿದ ಓದುಗರಿಗಾಗಿ ಬದಲಾಯಿಸಲಾಗಿದೆ).

'ಅವಳ ಹೆಸರು ನಾಗಮ್ಮ, ದಲಿತ ಜನಾಂಗದ ಹೆಣ್ಣುಮಗಳು. ಅವಳೇನೂ ಹುಟ್ಟಾ ಹುಚ್ಚಿಯಾಗಿರಲಿಲ್ಲ. ಅವಳಿಗೂ ನಮ್ಮೆಲ್ಲರಂತೆ ಪುಟ್ಟ ಸಂಸಾರವಿತ್ತು. ಗಂಡನೆಂಬುವವ ಹುಟ್ಟಾ ಕುಡುಕನಾಗಿದ್ದರೂ, ಅವಳ ಕೂಲಿನಾಲಿಯಿಂದ ಸಂಸಾರದ ಸರಿಗಮಪ ಸಾಗಿತ್ತು. ಮದುವೆಯಾಗಿ ವರುಷವೆರಡು ಕಳೆದರೂ ಮಕ್ಕಳಾಗದೇ ಇದ್ದುದು ಆಗಿನ ಕಾಲಕ್ಕೆ ಬಲುದೊಡ್ಡ ಚಿಂತೆಯ ವಿಷಯವಾಗಿತ್ತು. ಇವಳೋ ಕಂಡವರ ಮಾತನ್ನೆಲ್ಲಾ ಕೇಳಿಕೊಂಡು ಕಂಡಕಂಡ ದೇವರಿಗೆ ಹಣ್ಕಾಯಿ ಹರಕೆ ಹೊತ್ತಳು, ಅವರ ದೈವಕ್ಕೆ ಕೋಳಿಬಲಿ ಕೊಟ್ಟಳು, ಭಟ್ಟರ ಮನೆ ನಾಗರಕಟ್ಟೆಗೆ ಬಾಳೆಕೊನೆ, ಹಾಲು ಎಲ್ಲಾ ಕೊಟ್ಟಳು... ಕೊನೆಗೊಂದು ದಿನ ದೇವರು ಕಣ್ಬಿಟ್ಟಂತೆ ಗರ್ಭಕಟ್ಟಿತು. ತನ್ನ ಗಂಡಸ್ತನದ ಮೇಲೇ ನಂಬಿಕೆಯಿಲ್ಲದ ಅವಳ ಗಂಡನಿಗೆ, ಆ ಗರ್ಭದ ಮೇಲೆ ಸಂಶಯ. ಅವಳು ಕೆಲಸ ಮಾಡಲು ಹೋಗುತ್ತಿದ್ದ ಗಂಡಸರ ಜೊತೆಗೆಲ್ಲಾ ಸಂಬಂಧ ಕಟ್ಟಿ ಬೈಯುತ್ತಿದ್ದ. ಬಸಿರ ಬಯಕೆಯನ್ನೊತ್ತ ಚೊಚ್ಚಲ ಬಸುರಿ, ಕಳಂಕದ ಮಾತನ್ನೆಲ್ಲಾ ಬದಿಗೊತ್ತಿ ಹೆರಿಗೆಯ ದಿನದ ತನಕ ಕೆಲಸ ಮಾಡುತ್ತಾ ಒದ್ದಾಡಿತು. ತನ್ನದೇ ಪಡಿಯಚ್ಚಿನಂತೆ ಗುಂಡುಕಲ್ಲಿನ ಹಾಗೆ ಹುಟ್ಟಿದ ಮಗನನ್ನು ನೋಡಿದ

ಮೇಲೆ ಅವಳ ಗಂಡ ತೆಪ್ಪಗಾಗಿದ್ದ, ಅವಳೂ ನಿರಾಳವಾದಳು. ಅದಾದ ಮೇಲೆ ಮತ್ತೆರಡು ಹುಟ್ಟಿದರೂ, ಅವರ್ಯಾರೂ ಹೆಚ್ಚುದಿನ ಬದುಕಲೇ ಇಲ್ಲ. ಆದರೆ ಅದರ ಬಿಸಿಕೆಂಡದಂತಹ ನೋವು ಹೆತ್ತಕರುಳನ್ನು ನಿಧಾನಕ್ಕೆ ಸುಡುತ್ತಿತ್ತು. ಎಲ್ಲರೆದುರಿಗೆ ಸಹಜವಾಗಿದ್ದರೂ ಒಳಗೊಳಗೆ ಕುಸಿದಿದ್ದಳಾಕೆ. ಅದಕ್ಕೆಲ್ಲಾ ತಂಪೆರೆಯುವಂತೆ ಹುಟ್ಟಿತ್ತು ಮತ್ತೊಂದು ಮಗು, ಹೆಣ್ಮಗು, ಅದೂ ಹತ್ತು ವರ್ಷದ ನಂತರ.

ನೆಪಮಾತ್ರದ ಬಾಣಂತನ ಮುಗಿಸಿ ಮತ್ತೆ ದುಡಿಯತೊಡಗಿದಳು ಆ ಹೆಣ್ಣು. ಮಗಳೂ ಬೆಳೆಯತೊಡಗಿದಂತೆ ಅವಳನ್ನೂ ಕೆಲಸದ ಜಾಗಕ್ಕೆ ಕರೆದೊಯ್ಯತೊಡಗಿದಳು. ಆ ಜೀವಕ್ಕೆನೂ ಗೊತ್ತಿತ್ತು ಅಲ್ಲೊಂದು ಆಘಾತ ಕಾದಿದೆಯೆಂದು!! ಅವಳ ಮಗಳು ಮರಳದಿಣ್ಣೆಯ ಬಳಿ ಆಡುತ್ತಿದ್ದಾಗ ಅಲ್ಲಿಗೆ ಅತ್ಯಂತ ರಭಸವಾಗಿ ಬಂದು ಗುದ್ದಿದ ವಾಹನಕ್ಕೆ, ಆ ಪುಟ್ಟ ಜೀವ ಹೆತ್ತೊಟ್ಟೆಯ ಮುಂದೆಯೇ ಕೊನೆಯುಸಿರಿಟ್ಟಿತು. ಕಣ್ಣಲ್ಲಿ ನೀರೇ ಬತ್ತಿದಂತಾಗಿ ಶಿಲೆಯಾದಳು ನಾಗಮ್ಮ. ಅನಿಷ್ಟಕ್ಕೆಲ್ಲಾ ಶನಿಶ್ವರನೇ ಹೊಣೆಯೆಂಬಂತೆ ಇವಳನ್ನೇ ದೂಷಿಸಿ, ಗಂಡನೂ ಮಗನೂ ಇವಳನ್ನು ಮನೆಯಿಂದ ಹೊರ ಹಾಕಿದ್ದೇ ನೆಪವಾಗಿ ಪೂರ್ಣ ಹುಚ್ಚಿಯಾದಳು. ಅವಳು ದುಃಖವೆಲ್ಲಾ ಕಣ್ಣೀರಾಗುವ ಬದಲು ಕೆಟ್ಟ ಶಬ್ದದ ಹೊಳೆಯಾಗಿ ಗಾಡಿಯೋಡಿಸುವವರ ಮೇಲೆಲ್ಲಾ ಹರಿದಿತ್ತು. ಅವಳ ಅಸಹಾಯಕತೆಯನ್ನು ದುರುಪಯೋಗ ಪಡಿಸಿಕೊಳ್ಳಲು ಅವಳ ಬಳಿಹೋದ ಗಂಡಸರ ಮೇಲೆ ಅವಳಿಗೆ ಸಹಜ ದ್ವೇಷ ಶುರುವಾಯಿತು. ಅವಳನ್ನು ದಿಟ್ಟಿಸಿ ನೋಡುವ ಗಂಡಸರನ್ನೆಲ್ಲಾ ವಾಚಾಮಗೋಚರ ಬೈಯತೊಡಗಿದಳು. ಅಲ್ಲಿಗೆ ನಾಗಮ್ಮ ಎಂಬ ಅಪ್ಪಟ ತಾಯೊಬ್ಬಳು ನಾಗಿಮಳ್ಳಿಯಾಗಿ ಬದಲಾದಳು.'

ಅಜ್ಜಿ ಇದನ್ನು ಹೇಳಿ ಮುಗಿಸಿದಾಗ ನಾನು–ಅಮ್ಮ ಅರಿಯದ ಭಾವದಿಂದ ಮೂಕರಾಗಿದ್ದೆವು. ಅದಾದ ನಂತರ ಅವಳು ಅನೇಕ ಬಾರಿ ನಮ್ಮನೆಗೆ ಬೇಡಲು ಬಂದಿದ್ದಳು. ಮುಂಚೆ ಅವಳ ಭಾಷೆಗೆ ಕಿವಿ ಮುಚ್ಚಿಕೊಳ್ಳುತ್ತಿದ್ದ ನಾನು ಅವಳೆದುರು ಹೋಗಲೇ ಹೆದರುತ್ತಿದ್ದೆ. ಆದರವಳ ಕಥೆ ಕೇಳಿದ ಮೇಲೆ ಅವಳಾಡುವ ಶಬ್ದ ನನಗೆಂದೂ ಸಹನೀಯವಾಗದಿದ್ದರೂ ಕೇವಲ ಹೆತ್ತೊಟ್ಟೆಯ ಕಣ್ಣೀರಂತೆ ಅನಿಸಿ ಮನ ಒದ್ದೆಯಾಗುತ್ತಿತ್ತು. ಅವಳು ಸತ್ತು ಐದಾರು ವರುಷವಾಯ್ತು ಈಗ. ಆದರೆ ನನ್ನ ಕಿವಿಯಲ್ಲಿಂದೂ ಅವಳ ಕಣ್ಣೀರಿನ ದನಿಯಿದೆ.

4

ತವರಿನ ತೇರು ಎಂಬ ಮಹಾಕಾವ್ಯ

ಸಂಕ್ರಾಂತಿ ಕಾಳು ಹಂಚುವ ಸಂಭ್ರಮ ಮುಗಿಯುವುದರೊಳಗೆ ತೇರಿನ ಸಡಗರದ ಗಡಿಬಿಡಿ ಶುರುವಾಗುತ್ತಿತ್ತು. ಸಂಕ್ರಾಂತಿಯ ಮರುದಿನ ಗೋರೆಯ ಸಮೀಪದ ಗೊಜ್ನುಗುಡಿಯ ಗುಡ್ಡದಲ್ಲಿ ನಡೆಯುವ 'ಜಟಕ' ದೇವರ ಸಣ್ಣಹಬ್ಬ ನಡೆಯುತ್ತಿತ್ತು. ಒಂದೆರಡು ಬಳೆ ಕುಂಕುಮದಂಗಡಿ, ಪುಗ್ಗೆ–ಪೀಪೀಯ ಹುಡುಗ, ಅಯ್ಸಕ್ಯಾಂಡಿಯವರಷ್ಟೇ ಬರುವ ಹಬ್ಬವದು. ಪೂಜೆ ಮಾಡುವಾಗ ಜನರ ಗುಂಪಲ್ಲಿ ಸುಮ್ಮನೆ ಕೈಮುಗಿದು ನಿಂತಿರುವ ಕೆಲವರಿಗೆ ಇದ್ದಕ್ಕಿದ್ದಂತೆ ಮೈಮೇಲೆ ದೇವರು ಬಂದು, ಅವರ ಮನಸ್ಸಲ್ಲಿದ್ದದ್ದೆಲ್ಲಾ ಕಹಿ ನೀರಾಗಿ ಎರಚಾಡಿ ರಾಡಿಯೆಬ್ಬಿಸಿಬಿಡುತ್ತಿತ್ತು. ಹುಣ್ಣಿಮೆ ಸಮೀಪಿಸುವಾಗ ಇದನ್ನೆಲ್ಲಾ ನೋಡಿ ಹೆದರಿದರೆ ರಾತ್ರಿಯೆಲ್ಲಾ ರಗಳೆ ಮಾಡುವರೆಂಬ ಅಚಲ ನಂಬಿಕೆ ಹೊತ್ತ ಅಮ್ಮ ಅಲ್ಲಿಗೆ ನಮ್ಮನ್ನು ಕಳುಹಿಸುತ್ತಲೇ ಇರಲಿಲ್ಲ. ಆ ಹಬ್ಬಕ್ಕೆ ಹೋಗಲೆಂದು ಎರಡು ಪಿರಿಯಡ್ ಮುಂಚಿತವಾಗಿಯೇ ಶಾಲೆಯನ್ನು ಮುಗಿಸುತ್ತಿದ್ದರು. ಉಳಿದವರೊಂದಿಗೆ ನಾವು ಹೋಗ್ತೇವೆ ಎಂದು ಹಠ ಮಾಡಿದಾಗಲೆಲ್ಲ ಅಮ್ಮ ಮೂರು ದಿನಗಳಾದ ಮೇಲೆ ಬರುವ ತೇರನ್ನು ನೆನಪಿಸಿ ಸುಮ್ಮನಿರಿಸುತ್ತಿದ್ದಳು. ತೇರಿನ ಹೆಸರು ಕೇಳಿದರೆ ಮನದಲ್ಲೆಲ್ಲಾ ಬಣ್ಣದೋಕುಳಿ ಚೆಲ್ಲಿದಂತೆ, ಚುಮು ಚುಮು ಚಳಿಗೆ ಬೆಚ್ಚಗಿನ ಚಾದರ ಹೊದೆಸಿದಂತೆ, ತೇರೆಂಬ ಮಹಾಕಾವ್ಯದ ಗುಂಗಿನಲ್ಲಿ ದಿನಹಗಲೂ ಕಳೆಯುತ್ತಿತ್ತು.

ತೇರಿನ ಬೆಳಿಗ್ಗೆ ಎಲ್ಲರದ್ದೂ ತಿಂಡಿಯಾದ ಮೇಲೆ ಅಪ್ಪ ಅವರ ಪುಟ್ಟ ಉಳಿತಾಯದಿಂದ ತೇರಿಗೆಂದೂ ಹೋಗದ ಅಜ್ಜಿಗೆ 'ತೇರಿನ ದುಡ್ಡು' ಕೊಡುತ್ತಿದ್ದರು. ಮಗ ಕೊಡುವ ನಾಕು ಕಾಸು ದುಡ್ಡನ್ನೇ ಅಷ್ಟೈಶ್ವರ್ಯವೆಂದು ಕಣ್ಣಲ್ಲಿ ಮಿಂಚು ಹರಿಸುವ ಅಜ್ಜಿಯ ಸಂತಸ ಇಂದಿಗೂ ಕಣ್ಣಿಗೆ ಕಟ್ಟಿದಂತಿದೆ.

ಹೊಸ ಫ್ರಾಕಿನೊಡನೆ ಬೇಬಿ ಶ್ಯಾಮಿಲಿ ಜುಟ್ಟು ಕಟ್ಟಿಕೊಂಡು ಸಿಂಗಾರಗೊಂಡು ಹೊರಡುವ ಮೊಮ್ಮಕ್ಕಳ ಕೈಯಲ್ಲೊಂದು ರೂಪಾಯಿ ನಾಣ್ಯವನ್ನಿಟ್ಟು ಬೇಕಾದ್ದು ತಿನ್ನಲು ಹೇಳುತ್ತಿದ್ದಳು. ಪ್ರತೀ ಬಾರಿ ನಮ್ಮೊಟ್ಟಿಗೆ ಬರಲು ಒತ್ತಾಯಿಸಿದರೆ ನನಗಾಗುವುದೇ ಇಲ್ಲವೆಂದು ಸಾರಾಸಗಟಾಗಿ ನಿರಾಕರಿಸಿಬಿಡುತ್ತಿದ್ದಳು. ಅಪ್ಪನ ಎಂ. ಎ. ಟಿ ಗಾಡಿಯನ್ನೇರಿ ನಮ್ಮ ನಾಲ್ವರ ರಥ ಧಾರೇಶ್ವರದತ್ತ ಹೊರಟರೆ, ಗಾಡಿಯ ಅಂಡು ಕಾಣುವವರೆಗೂ ದಣಪೆಯಲ್ಲಿ ನಿಂತು ಕೈಬೀಸುತ್ತಿದ್ದಳು. ಅಜ್ಜಿ ಜೊತೆಗೆ ಬರಲಿಲ್ಲವೆಂದು ಬೇಸರವೆಲ್ಲಾ ಗಾಡಿ ಧಾರೇಶ್ವರ ಸಮೀಸುವಾಗ ಮರೆತೇ ಹೋಗುತ್ತಿತ್ತು. ತೇರಿನ ಮತ್ತು ನಿಧಾನಕ್ಕೆ ನಮ್ಮನ್ನಾವರಿಸತೊಡಗಿದಾಗ ಇಹಪರ ಮರೆತು ಕನಸಿನ ಲೋಕದಲ್ಲಿ ಹಂಸದಂತೆ ತೇಲುತ್ತಿದ್ದೆವು.

ತೇರಿಗೆ ಬಂದವರು ತನ್ನನ್ನು ಮನೆಗೆ ಖಂಡಿತವಾಗಿಯೂ ಕೊಂಡೊಯ್ಯುತ್ತಾರೆಂಬ ನಂಬಿಕೆಯ ಬಿಂಕದಲ್ಲಿ ಗೋಪುರಾಕಾರವಾಗಿ ನಿಂತ ಕುಂಕುಮ ರಾಶಿ, ಕೈಗಳ ಭೇದವಿಲ್ಲದೆ ಎಲ್ಲರಿಗೂ ಸಮಾನವಾದ ಸೌಂದರ್ಯ ತುಂಬಲು ಕಾದಿರುವ ಬಳೆಯಂಗಡಿ ಸಾಲು, ಮಕ್ಕಳಿಗೆಂದೇ ಬರುವ ಪೀಪೀ ಪುಗ್ಗಿ ಗಿಲಿಗಿಚ್ಚಿಗಳು, ತರಾವರಿ ಆಟದ ಸಾಮಾನುಗಳು, ನೆಂಟರಿಗೆಂದೇ ಕಾದಿರುವ ಬೆಂಡು-ಬತ್ತಾಸಿನ ಮಿಠಾಯಿ ಮಾರುವ ಪಡಸಾಲರು, ತಂಪಲ್ಲೂ ತಂಪನ್ನೀಯುವ ಅಯ್ಸ್‌ಕ್ರೀಮ್ ಗಾಡಿಗಳು, ದೇವರಿಗೆ ಹಣ್ಕಾಯಿ ಮಾರುವವರು, ತೇರಿಗೆಸೆಯಲು ಬಾಳೆಹಣ್ಣು ಹಂಚುವವರು, ನಾಕೈದು ಮಂಡಲಿಯ ಯಕ್ಷಗಾನ, ಪೋಸ್ಟರ್ ಮಾರುವ ಅಜ್ಜ, ಕಥೆ ಪುಸ್ತಕ ಬಿಟ್ಟು ಉಳಿದವನ್ನು ಮಾರುವ ಹುಡುಗ, ಕಾಡುವ ಹುಡುಗರನ್ನು ಮತ್ತಷ್ಟು ಕಾಡಿಸಲು ಮೆರೆದಾಡುವ ಹುಡುಗಿಯರು, ಕಾಣದಿರುವ ಹುಡುಗಿಗೆ ಗಾಳ ಹಾಕಿ ಮೀನುಗಾರರಾಗುವ ಹುಡುಗರು, ಮೊದಲ ತೇರು ತೋರಿಸಲು ಮಕ್ಕಳನ್ನು ಹೊತ್ತ ಹೆಣ್ಮಕ್ಕಳು, ನೆಂಟರು ಮತ್ತವರಿಷ್ಟದವರಿಂದ ತುಂಬಿ ತುಳುಕುವ ಈ ತೇರು ಪೇಟೆಯ ಗಮ್ಮತ್ತನ್ನು ಅನುಭವಿಸಿ ದಶಕಗಳೇ ಕಳೆದಿತ್ತು. ಓದು, ಉದ್ಯೋಗ, ಸಂಸಾರದ ಗೌಜಿಯಲ್ಲಿ ಕಳೆದುಕೊಂಡ ತೇರಿನ ಸಂಭ್ರಮನ್ನು ಮತ್ತೆ ಸವಿಯುವ ಅವಕಾಶ ಸಿಕ್ಕಿತ್ತು. ದಶಕಗಳಲ್ಲಿ ತೇರಿನ ಚಿತ್ರಣವೂ ಬಹಳ ಬದಲಾಯಿಸಿತ್ತು.

ತೇರಿನ ಖರ್ಚಿಗೆಂದು ಅಪ್ಪ ಕೊಡುವ ದುಡ್ಡನ್ನು ತೆಗೆದುಕೊಂಡು ಬೊಚ್ಚುಬಾಯಗಲಿಸಿ ಗಲಗಲಿಸುವ ಜೀವ ನಮ್ಮೊಡನೆ ಇರಲಿಲ್ಲ. ಅವಳ ನೆನಪಲ್ಲಿ ಮನಸ್ಸೆಲ್ಲಾ ಒದ್ದೆ ಮಾಡಿಕೊಂಡು ತೇರು ಪೇಟೆಗೆ ಹೋದರೆ ಮುಂಚಿನ ಕಳೆಯಿರಲಿಲ್ಲ ಅಲ್ಲಿಯೂ. ದಾರಿಯುದ್ದಕ್ಕೂ ಕಣ್ಸೆಳೆಯುವ ಕುಂಕುಮದ ಸೌಂದರ್ಯ ಕಣ್ಮರೆಯಾಗಿತ್ತು. ಬಾಯಿ ನೋವಾಗುವಂತೆ ಒಟಗುಡುತ್ತಾ ಚಟಚಟನೆ ಹಳೆ ಬಳೆ ಒಡೆಯುತ್ತಾ ಹೊಸ ಬಳೆ ಹಾಕುವ ಬಳೆಗಾರ ಹೆಂಗಸರು ಎಲ್ಲೋ ಒಂದಿಬ್ಬರಿದ್ದರು. ಬಳೆ ಹಾಕಿಕೊಳ್ಳುವ ಸಡಗರ, ಬಿಂಗ್ಲಾಟಿ

ಸರ ಕೊಳ್ಳುವ ಸಂಭ್ರಮವೂ ಕಾಣಸಿಗಲಿಲ್ಲ. ಪುಗ್ಗೆಯ ಜಾಗವನ್ನಾಗಲೇ ಆಕ್ಸಿಜನ್ ಬಲೂನ್ ಆಕ್ರಮಿಸಿತ್ತು. ಮಿರ್ಚಿ ಬಜ್ಜಿ ಮಾಡುವ ಅಂಗಡಿಯಲ್ಲಿ ಈಗ ಪಾನಿಪೂರಿ, ಪಾವ್ರುಭಾಜಿಗಳ ಘಮಲು ಹರಡಿಕೊಂಡಿತ್ತು. ಪೀಪೀ ಗಿಲಗಿಚ್ಚಿಯನ್ನಂತೂ ಮೂಸುವವರೇ ಇರಲಿಲ್ಲ. ಬೊಂಬಾಯಿ ಮಿಠಾಯಿ ಮಾರುವವನ ಸುಳಿವೂ ಸಿಗಲಿಲ್ಲ. ಅಚ್ಚಕನ್ನಡದ ಕರಾವಳಿ ಕಂಪಿನ ಭಾಷೆಯ ನಡುನಡುವೆ ಹಿಂದಿಯ ಛಾಟು ಸೇರಿ ಕಸಿವಿಸಿಯಾಯ್ತು. ಆದರೆ ತೇರು ಎಳೆಯುವಾಗಲಿನ ಭಾವ, ಭಕುತಿ, ಖುಶಿ, ರಥಕ್ಕೆಸೆಯುವ ಬಾಳೆಹಣ್ಣಿಂದ ತಪ್ಪಿಸಿಕೊಳ್ಳುವ ಭರಾಟೆ, ರಥದಿಂದೆಸೆಯುವ ನಾಣ್ಯಕ್ಕಾಗಿನ ಪೈಪೋಟಿ, ತೇರೆಳೆಯುವವರ ಉತ್ಸಾಹ ಮಾತ್ರ ಹಾಗೆಯೇ ಇತ್ತು.

ಹಳೆಯ ನೆನಪುಗಳ ಗೌಜಿಯಲ್ಲಿ ಅನೇಕಾನೇಕ ಬದಲಾವಣೆಯನ್ನು ಸಹಿಸಲಸಾಧ್ಯವೆಂಬ ಭಾವದಲಿ ತೊಳಲಾಡುತ್ತ ಮನೆಗೆ ಹಿಂತಿರುಗಿದೆ. ಕಾಲವುರುಳಿ, ಸಮಯವದೆಷ್ಟು ಸರಿದರೂ ನಾನಂತೂ ಬದಲಾಗದೇ ಉಳಿದಿದ್ದೇನೆಂಬ ನಂಬಿಕೆ ಹುಟ್ಟಿಸಲು ದಣಪೆ ಬಾಗಿಲ ತನಕ ಹಿಂಬಾಲಿಸಿ ಬಂದ ಚಂದಿರನ ಕಂಡು ಅತೃಪ್ತ ಮನಕ್ಕೊಂದು ಬೆಚ್ಚನೆಯ ಭಾವವಾರಿಸಿತು. ದಶಕಗಳ ನಂತರ ನೋಡಿದ ತವರಿನ ತೇರು, ರಥಬೀದಿ, ಅಜ್ಜಿಯ ನೆನಪುಗಳ ಚಾದರದೊಳಗೆ ತೊಯ್ದಾಡುತ್ತಾ ಮನಸ್ಸು ಮುಲುಗುತ್ತಿದ್ದರೆ, ತೇರೆಂಬ ಮಹಾಕಾವ್ಯ ಆಟದ ಸಾಮಾನುಗಳನ್ನು ಕಂಡು ಕೀಕ್ ಎನ್ನುವ ಮಗುವಿನ ನಗುವಿನೊಳಗೆ ಬೆರೆತು ನಲಿಯುತ್ತಿತ್ತು.

5

ಪರೀಕ್ಷಾಗಾಲದಲ್ಲಿ ಜನಿಸುವ ಕಥೆಗಳು

'ಪರೀಕ್ಷೆ' ಹತ್ತಿರ ಬಂತೆಂದರೆ ನಮಗೆಲ್ಲಾ ಹೊಕ್ಕಳಬಳ್ಳಿಯಿಂದ ಛಳುಕೆದ್ದ ಅನುಭವವಾಗುತ್ತಿತ್ತು. 'ಪರೀಕ್ಷೆಗೆ ಓದಲು ಬಿಡುವುದು' ಎಂಬ ವಾಕ್ಯವನ್ನೇ ದ್ವೇಷಿಸುತ್ತಿದ್ದೆ ನಾನಾಗ. ಅದರಲ್ಲೂ ಹಿಂದಿ ಮತ್ತು ಗಣಿತವೆಂದರೆ ತುರಿಕೆಸೊಪ್ಪು ತಾಕಿಸಿಕೊಂಡಷ್ಟು ಅಲರ್ಜಿ. ಕಥೆಪುಸ್ತಕಗಳನ್ನು ಕಂಡರೆ ತಂಪೆನಿಸುವ ಹಾಗೆ ಶಾಲೆಯ ಪುಸ್ತಕಗಳ್ಯಾವುದೂ ಜೀವಕ್ಕೆ ತಂಪೆರೆಯಲಿಲ್ಲ. ಓದಲು ಕುಳಿತಾಗ ಕೈಗೆ ಸಿಗುವ ಸಣ್ಣಪುಟ್ಟ ಕಾಗದದ ಚೂರುಗಳಲ್ಲಿನ ಅಕ್ಷರಾಕ್ಷರವೂ ಪರಮಾದ್ಭುತವೆನಿಸುವ ಕಾಲವದು. ಮನೆಯಲ್ಲಿದ್ದರೆ ಪುಸ್ತಕದ ಮಧ್ಯೆ ಕಥೆಪುಸ್ತಕ ಸೇರಿಸಿ ಓದಿಬಿಡುತ್ತಾಳೆ ಎಂಬುದನ್ನು ಅರಿತ ಅಮ್ಮ, ಓದಲು ಬಿಟ್ಟಾಗಲೆಲ್ಲಾ ತೋಟಕ್ಕೆ ತೌರಿಬಿಡುತ್ತಿದ್ದಳು. ತೋಟಕ್ಕೆ ಓದಲು ಹೋಗುವ ನನ್ನ ತಯಾರಿ ಮಾತ್ರ 'ಮಂತ್ರಕ್ಕಿಂತ ಉಗುಳೇ ಜಾಸ್ತಿ' ಎನ್ನುವಂತಿರುತ್ತಿತ್ತು. ಸಣ್ಣ ಆರಾಮಕುರ್ಚಿ, ನೀರು, ಬಿಸ್ಕಿಟ್ ಪ್ಯಾಕೆಟ್, ಚಾಕ್ಲೇಟು, ಓದುವ ಟೈಂ ಟೇಬಲ್ ಪಟ್ಟಿ, ಗೈಡು, ಕಚ್ಚಾಪಟ್ಟಿ, ಪಕ್ಕಾಪಟ್ಟಿ, ಪೆನ್ನು-ಪೆನ್ಸಿಲ್ ಸಮೇತದ ಕಂಪಾಸು ಬಾಕ್ಸು ಹೀಗೆ ಎಲ್ಲವನ್ನೂ ಹಿಡಿದು ಒಳ್ಳೆ ಟೂರಿಗೆ ಹೊರಡುವಂತೆ ತೋಟಕ್ಕೆ ಹೊರಡುತ್ತಿದ್ದೆ. ಅಚ್ಚುಕಟ್ಟಾದ ಟೈಂ ಟೇಬಲ್ ನೋಡಿದ ಅಪ್ಪನಂತೂ 'ಮಗ್ಳ್ ಹೀಂಗ್ ಓದ್ರೆ ತಾಲೂಕಿಗೇ ಪ್ರಥಮ ಸ್ಥಾನ ಬತ್ತನಾ ಈ ಸಲ' ಅಂದ್ಕೊಂಡಿದ್ರಂತೆ. ಈಗ ಅದು ನನ್ನ ಕಾಲೆಳೆಯುವ ಹಾಸ್ಯಾಸ್ಪದ ವಸ್ತುಗಳಲ್ಲೊಂದು.

ತೂಗುವ ತೆಂಗಿನಸಾಲು, ನಲಿವ ಅಡಿಕೆಮರ, ಜೀಕುವ ಜಾಯಿಕಾಯಿ ಗಿಡ, ಗಾಳಿಯಲ್ಲಿ ತೇಲಿಬರುವ ಸುಗಂಧಿ ಪುಷ್ಪ-ನಿತ್ಯಪುಷ್ಪ-ಸೂಜಿ ಮಲ್ಲಿಗೆಯ ಘಮಲು, ಮತ್ತು ಬರಿಸುವ ಬಿಂಬ್ಲೆಕಾಯಿ-ಜಾಯಿಕಾಯಿ ಓಡು-

ಸೂಜಿಮೆಣಸುಪ್ಪಿನ ಕಿಚಡಿ, ಲಯಬದ್ಧವಾಗಿ ಹರಿಯುವ ಪಕ್ಕದ ತೋಟದ ಝರಿ, ತೋಡಿನ ನೀರಲ್ಲಿ ಕಿತ್ತಾಡುವ ಜಗಳಗಂಟಿ ಮೀನುರಾಶಿ, ಹುಗಿಯುವ ಅರಲುಗದ್ದೆಯ ಮಣ್ಣಿನ ವಾಸನೆ, ಆಗಾಗ ಪಕ್ಕದಲ್ಲೇ ತಣ್ಣನೆ ಹರಿದು ಹೋಗುವ ಹಸಿರುಹಾವು–ಕೇರೆಹಾವು–ಒಳ್ಳೆಬೆಟ್ಟೆ ಹಾವು, ಶೆಟ್ರಮನೆ ಬೆಕ್ಕಿಗೂ ಭಟ್ರಮನೆ ನಾಯಿಗೂ ನಡೆಯುವ ದೃಷ್ಟಿಯುದ್ಧ, ತಮ್ಮನೆ ಗದ್ದೆ ನೀರು ಜಾಸ್ತಿಯಾದಾಗ ಬೇರೆಯವರ ಗದ್ದೆಗೆ ನೀರು ಬಿಡಲು ಕಳ್ಳಹೆಜ್ಜೆ ಹಾಕುತ್ತಾ ಬರುವ ಒಕ್ಕಲು ಮಂದಿ, ಗಜ್ನಿಯಿಂದ ಮೀನು ತರಲು ನೀಲಿಬಲೆ ಹಿಡಿದು ಹೊರಟ ಕುಪ್ಪುವಿನ ಗುಂಪು, ಹಣ್ಣೆಹೊರೆ ಹೊತ್ತು ಊರಮನೆ ಸುದ್ದಿ ಹಲುಬುವ ಗೌಡ್ತಿಯರು, ಆಚೆಕೇರಿಯಲ್ಲಿ ಶ್ರಾದ್ಧಕ್ಕೆಂದು ಕೂಗಲ್ಪಡುತ್ತಿರುವ ಕಾಗೆ, ಅಲ್ಲೆಲ್ಲೋ ಮಂಗಳಾರತಿಯ ನಾದ, ಸುಗ್ಗಿ ಹಬ್ಬಕ್ಕೆಂದು ತಯಾರಿ ಮಾಡಿಕೊಳ್ಳುತ್ತಿದ್ದ ಗೌಡರ ಕೇರಿಯಲ್ಲಿ ಕೇಳಿಬರುತ್ತಿದ್ದ ಗುಮಟೆಪಾಂಗಿಗೆ ಹೆಜ್ಜೆ ಹಾಕುವ ಗೆಜ್ಜೆಕಟ್ಟಿದ ಕಾಲ್ಗಳು, ಯಾರದ್ದೋ ಮನೆಯಲ್ಲಿ ಅಪ್ಪೆಹುಳಿಗೆ ಹಾಕಿದ ಬೆಳ್ಳುಳ್ಳಿ ಒಗ್ಗರಣೆಯ ಪರಿಮಳ, ಕೋಳಿಯಂಕದಲ್ಲಿ ಗೆದ್ದ ಜಟ್ಟುಗೌಡನ ಮನೆಯಲ್ಲಿನ ಕಲರವ, ಮೀಮೀ ಮಾಡಿಸುವಾಗ ಉಂಗೇಯೆಂದು ಗಂಟ್ಲುಬೀರಿ ಕೂಗುವ ಹಸುಗೂಸು, ತೋಟದಂಚಿಗೆ ಹಬ್ಬಿದ ಕುಸುಮಾಲೆ ಹಣ್ಣು, ಜಂಬೆಹಣ್ಣಿನ ಮರದಿಂದ ಉದುರಿದ ಹುಳಿಮಿಶ್ರಿತ ಸಿಹಿಗುಲಾಬಿ ಪಕಳೆ, ಗದ್ದೆಯಂಚಿಗೆ ಉದುರಿದ ರಾಜನೆಲ್ಲಿಕಾಯಿಯ ಹಸಿರುಹಾಸು, ಕಾಲಡಿಯ ಮಣ್ಣಲ್ಲಿ ಗೂಡುಕಟ್ಟಿ ಆಹಾರ ಸಂಗ್ರಹಿಸುವ ಇರುವೆಸಾಲು, ಗದ್ದೆಯ ನೀರಲ್ಲಿ ಮೀನುಹಿಡಿಯಲು ಧ್ಯಾನಸ್ಥಳಾದ ಕೊಕ್ಕಾನಕ್ಕಿಯ ಗಾಂಭೀರ್ಯ, ಕಿಚಿಪಿಚಿಯೆಂದು ತಮ್ಮದೇ ಭಾಷೆಯಲ್ಲಿ ಹರಟುವ ಹಕ್ಕಿಹಿಂಡು, ನೋಡಲಾಗದ ಮೈಹೊತ್ತು ಗೂಂಕರಿಸುವ ಗೂಂಕನಕಪ್ಪೆ, ಧುತ್ತೆಂದು ಬಂದು ಹೆದರಿಸುವ ದುಂಬಿಯ ಝೇಂಕಾರ, ಗೊಂಡೆಹೂವಿನ ಮೇಲೆ ಕುಳಿತು ಬಳಕುವ ಪಾತರಗಿತ್ತಿಯರು, ಹೊನ್ನೆಮರವ ತೂತು ಮಾಡೇ ಸಿದ್ಧವೆನ್ನುತ್ತಾ ಕುಟ್ಟುತ್ತಿರುವ ಮರಕುಟಿಗ, ಆಡುಮುಟ್ಟದ ಸೊಪ್ಪನ್ನು ಮೂಸುತ್ತಾ ಮುಖಗಿಂಡುವ ಬುಚ್ಚಿಯಂಬೆ, ಹೀಗೇ ಪ್ರಕೃತಿಯ ಮಡಿಲಲ್ಲಿ ಕುಳಿತು ಅನುಭವಿಸುವ ಆ ಅನುಭೂತಿಯೇ ಸುಂದರ. ಕೈಯಲ್ಲಿ ಹಿಡಿದ ಶಾಲೆಪುಸ್ತಕವನ್ನು ಬಿಟ್ಟು ಜಗತ್ತಿನ ಎಲ್ಲಾ ವಿಷಯಗಳೂ ಆಸಕ್ತಿದಾಯಕವಾಗಿ ಕಾಣುವ ಸಮಯವೇ ಈ ಪರೀಕ್ಷಾಗಾಲ.

ಮಂಗನಂತೆ ಕುಣಿಯುವ ಮನಸ್ಸನ್ನು ಕಷ್ಟಪಟ್ಟು ಹತೋಟಿಗೆ ತಂದುಕೊಂಡು ಪುಸ್ತಕದ ಹಾಳೆಯೆರಡನ್ನು ತಿರುವಿದಾಗ ಅದೆಲ್ಲಿತ್ತೋ ಅರ್ಧಬರೆಸಿಕೊಂಡ ಕಥೆ ಧಿಂತಕಿಟ ದಿಗಡ್ತೊಂ ಎನ್ನುತ್ತಾ ವೇಷ ಧರಿಸಿಯೇ ರಂಗಕ್ಕಿಳಿಯಿತು. ಕಣ್ಣಲ್ಲಿ ಹತ್ತಾರು ಹಣತೆ ಹಚ್ಚಿದ ಬೆಳಕು. ಬೀಜಗಣಿತ ಬಿಡಿಸುವಾಗ ದಣಪೆ ದಾಟದೇ ಮುಷ್ಕರ ಹೂಡಿದ ಪೆನ್ನು, ಕಥೆ ಬರೆಯುವಾಗ

ದಣಪೆಕೋಲು ತೆಗೆಯದೆಯೂ ಹಾರಿದಂತೆ ಓಡುತ್ತಿತ್ತು. ಆಗಲೇ ಹಳ್ಳಕೋಡ್ಲಿನ ಸಂಕದ ಬಳಿಬಂದ ತಂಗಿಯ ಸವಾರಿ 'ಊಟಕ್ಕೆ ಎಲ್ಲಾರೂಊೂ ಬರಬೇಕಂತೇಏಏ...' ಎಂದು ರಾಗವಾಗಿ ಕೂಗತೊಡಗಿತ್ತು. ಅಷ್ಟರವರೆಗೆ ತಣ್ಣಗಿದ್ದ ಹೊಟ್ಟೆ ಊಟದ ಹೆಸರು ಕಿವಿಗೆ ಬಿದ್ದೊಡನೆ ಮೃದಂಗವಾದನ ಶುರುಮಾಡಿತ್ತು. ಮೊಟ್ಟೆಕೆಸುವಿನ ಹಶಿ, ಬಸಳೆಸೊಪ್ಪಿನ ಹುಳಿ, ಅಪ್ಪೆಹುಳಿ, ಹಲಸಿನಕಾಯಿ ಹಪ್ಪಳ, ಅಪ್ಪೆಮಿಡಿಯುಪ್ಪಿನಕಾಯಿ ಜೊತೆ ಮೊಸರನ್ನವುಂಡು ಕೈತೊಳೆವಾಗ ಕಣ್ಮುಚ್ಚಿ ಬರುವಂತೆ ಆಕಳಿಕೆ. 'ರಾಶಿ ಓದಿ ಸಾಕಾಜನ ಹನಿ ಮಲ್ಕಳಾ ಮಗ್ನೆ' ಅಂದಳು ಅಜ್ಜಿ ಅದೇ ತುಂಟನಗುವಿನೊಂದಿಗೆ. ನಾನು ಅಲ್ಲಿ ಓದಿ ಕಟ್ಟೆಕಡಿದು ಹಾಕಿದ್ದರೆಲ್ಲದ್ದೂ ಅರಿವಿದ್ದ ಅವಳ ಕೀಟಲೆಯ ನಗುವಿಗೆ ಅಮ್ಮನಿಗೆ ಸಣ್ಣ ಗುಮಾನಿ. ಅದಕ್ಕೆ ಸಂಜೆ ಓದಿದ್ದೆಲ್ಲಾ ತಿರುಗಿ ಪಾಠ ಒಪ್ಪಿಸಬೇಕೆಂಬ ಮಾತು ಬಾಣದಂತೆ ತೂರಿಬಂದು ನಿದ್ರೆಯೆಲ್ಲಾ ಗಾಳಿಯಲ್ಲಿ ಹಾರಿಹೋಗಿ ತೆಂಗಿನಬೊಡ್ಡೆಯಲ್ಲಿ ಕುಳಿತು ಅಣಕಿಸುತ್ತಿತ್ತು. ಎಲ್ಲರೂ ಮಧ್ಯಾಹ್ನ ಮಲಗಿದಾಗ ಕಳ್ಳರಂತೆ ಎದ್ದು ಅಮ್ಮನಿಗೆ ತೋರಿಸಲೆಂಬಂತೆ ಒಂದಿಷ್ಟು ಪಾಠಗಳನ್ನು ಮುಗಿಸಿ ನಿಟ್ಟುಸಿರುಬಿಡುತ್ತಿದ್ದೆ.

ಒಟ್ಟಿನಲ್ಲಿ ಪರೀಕ್ಷೆಯೆಂಬ ಪೆಡಂಭೂತದ ಭಾರವನ್ನು ಹೆಗಲ ಮೇಲಿಂದಿಳಿಸಿ ಹಗುರಾಗಿ ಮನೆಯ ಅಟ್ಟದ ಮೇಲಿನ ಅಜ್ಜಿಯ ಟ್ರಂಕಿಗೆ ದಾಳಿ ಮಾಡಿದಾಗಲೇ ಮನಸ್ಸಿಗೆ ಸಮಾಧಾನ. ಸಾಯಿಸುತೆ, ಎಂ.ಕೆ. ಇಂದಿರಾ, ತ್ರಿವೇಣಿ, ಮುಂತಾದವರನ್ನು ಕುರ್ಚಿ ಬಿಸಿ ಮಾಡುವಷ್ಟು ಕಾಲ ಓದಿಮುಗಿಸುತ್ತಿದ್ದೆ. ಪರೀಕ್ಷೆ ಮುಗಿಯುವ ತನಕದ ಸಮಯ ಕಠಿಣದ್ದಾದರೂ ಅದಾದ ಮೇಲಿನ ಸಮಯ ಇಷ್ಟದ್ದಾಗಿತ್ತು. ಈಗ ಜೀವನದ ಪರೀಕ್ಷೆಯನ್ನು ಬಿಟ್ಟರೆ ಕುಳಿತು ಓದಿ ಬರೆಯುವ ಪರೀಕ್ಷೆಗಳಿಲ್ಲ, ಆದರೂ ಕಥೆ ಪುಸ್ತಕಗಳನ್ನು ಓದಲೆಂದು ಕುಳಿತರೆ ಮಗ್ಗುಲಲ್ಲಿ ಮಲಗಿದವನಿಗೆ ಹೊಡೆದಂತೆ ಎಚ್ಚರವಾಗುತ್ತದೆ. ತುಂಬಾ ವರುಷದಿಂದ ಬಸಿರಾದ ಕಥೆಗಳಿಗಿನ್ನೂ ಹೆರಿಗೆ ಸಮಯವಾಗದೇ ಮುನಿಸಿಕೊಂಡಿದೆ. ಅದನ್ನು ಹೆರಿಗೆಮಾಡಿಸಲು ದಣಪೆ ದಾಟಿಸಬೇಕಿದೆ.

6

ಪ್ರಕೃತಿಯೆಂಬ ಬಾಲ್ಯ ಸ್ನೇಹಿತೆ

ಹಸಿರೆಂದರೆ ಉಸಿರಷ್ಟೇ ಪ್ರೀತಿ, ಪ್ರೇಮ, ವ್ಯಾಮೋಹ ಇತ್ಯಾದಿ ಎಂದೆಲ್ಲಾ ಕೊಮಣೆ ಮಾಡಿ ಮಾತನಾಡುವುದಕ್ಕೆಲ್ಲಾ ನನಗೆ ಬಾರದು. ನನ್ನೂರು ಕುಮಟಾದ ಧಾರೇಶ್ವರದೊಳಗಿನ ಪುಟ್ಟ ಹಳ್ಳಿ 'ಗುಡಬಳ್ಳಿ'. ಗುಡ್ಡ-ಬೆಟ್ಟ, ಕೆರೆ-ತೊರೆ, ಗಿಡ-ಬಳ್ಳಿ, ತೋಟ-ಗದ್ದೆಗಳಿಂದ ಸುತ್ತುವರೆದ, ಸಮುದ್ರದಿಂದ ಒಂದು ಕಿ. ಮಿ. ಅಷ್ಟೇ ಎತ್ತರವಿದ್ದ ಪ್ರದೇಶವದು. ಎಡಬಿಡದೆ ಮಳೆ ಸುರಿಸುವ ಮಳೆಗಾಲ, ಮೈಯಲ್ಲಿ ಮಳೆಯಷ್ಟೇ ಬೆವರು ತರಿಸುವ ಬೇಸಿಗೆಗಾಲ, ರಗ್ಗೆರಡು ಹೊದೆದರೂ ಕಟಕಟವೆನಿಸುವ ಮಾಗಿಯ ಛಳಿ. ಹೀಗೆ ಎಲ್ಲಾ ಕಾಲವನ್ನೂ ತೀವ್ರವಾಗಿ ಅನುಭವಿಸುವ ಊರದು. ಮುಂಗಾರು ಶುರುವಾಗುವ ಮುನ್ನವೇ ಅಂಗಳದಲ್ಲಿ ತರಕಾರಿ ಬೆಳೆಯಲು ಚಪ್ಪರ ಹಾಕಲಾಗುತ್ತಿತ್ತು. ಉಳಿದ ಅಂಗಳದಲ್ಲಿ, ಶತತುಂಟತನ ಮಾಡುವ ನಮ್ಮ ಮಕ್ಕಳಿಂದಲೇ ಬೀಜ ಹಾಕಿಸುತ್ತಿದ್ದರು ಅಮ್ಮ, ಅಜ್ಜಿ. ನಮಗೋ ಸೂಕ್ಷ್ಮವಾಗಿ ಅವುಗಳ ಆರೈಕೆ ಮಾಡುವುದನ್ನೂ ಅಭ್ಯಾಸ ಮಾಡಿಸುತ್ತಾ, ಅದರೊಡನೆ ಬೆರೆಯುವುದನ್ನು ಹೇಳಿಕೊಡುತ್ತಿದ್ದರು. ಮಳೆಯ ರಭಸಕ್ಕೆ ಗಿಡ ಬಿದ್ದು ಕೊಳೆಯಬಾರದೆಂದು, ವಿವಿಧ ರೀತಿಯ ಗುಲಾಬಿ ಗಿಡಗಳನ್ನು ಸಣ್ಣದಾಗಿ ಕತ್ತರಿಸುತ್ತಿದ್ದೆವು. ಪಾರಿಜಾತ, ಜಾಜಿಮಲ್ಲಿಗೆ, ಸೂಜಿಮಲ್ಲಿಗೆ, ಮೋತಿಮಲ್ಲಿಗೆ, ಕೋಟೆಹೂವು, ಶಂಖಪುಷ್ಪ, ದಾಸವಾಳ, ಕರವೀರ, ಅಬ್ಬಲಿಗೆ ಹೂವಿನ ಗಿಡಗಳಿಗೆ ಪಾತಿ ಕಟ್ಟುವುದು ನಮ್ಮದೇ ಕೆಲಸವಾಗಿತ್ತು. ಸಿಹಿಯ ಅಮಟೆ, ಬಿಂಬಲಕಾಯಿ, ಸೀತಾಫಲ, ಮಾವು, ಹಲಸು, ಜಂಬೆ ಇತ್ಯಾದಿ ಹಣ್ಣಿನ ಗಿಡಗಳಿಗೆ ಬುಡತೋಡಿ, ಹೊಸಮಣ್ಣು, ಗೊಬ್ಬರ ಹಾಕಿಸುತ್ತಿದ್ದರು. ಮೊದಲ ಮಳೆ ಜಿಟಿಜಿಟಿಗುಟ್ಟುವ ವೇಳೆಗೆ ಸೌತೆಮಿಡಿ, ಮೊಗೆಕಾಯಿ, ಕುಂಬಳಕಾಯಿ, ಬಸಳೆ, ಹರಿವೆಗಳು

ತಮ್ಮಿರುವ ತೋರಿಸಿಕೊಳ್ಳಲು ಶುರು ಮಾಡುತ್ತಿದ್ದವು. ಗೊಬ್ಬರಕ್ಕೆ ಸಗಣಿ ಹುಡುಕಿ ಹೆಕ್ಕಿಸುವುದು, ಕಾಡುಮೇಡು ಅಲೆದು ಹಣ್ಣುಹಂಪಲ ಆರಿಸುವುದು, ಕೆರೆಯಲ್ಲಿನ ಕಮಲದ ಗಡ್ಡೆಯನ್ನು ಸಂಗ್ರಹಿಸುವುದು ಮುಂತಾದ ಖುಶಿಗೋ ಗೊತ್ತಿಲ್ಲ ಹೆಚ್ಚಿನಂಶ ಜೀವನವೆಲ್ಲಾ ಹಸಿರ ಮಡಿಲಲ್ಲೇ ಕಳೆದಿತ್ತು. ನಾವೆಲ್ಲೇ ಇದ್ದರೂ, ನಾವೆಷ್ಟೇ ಬೆಳೆದರೂ ಊರಿನ ಸ್ನೇಹಿತರು ಹೇಗೆ ನಮ್ಮ ಬಾಲ್ಯಕ್ಕೆ ಸೇತುವೆಯಂತಿರುತ್ತಾರೆಯೋ, ಹಾಗೆಯೇ ಈ ಪ್ರಕೃತಿ ಕೂಡ ನಮ್ಮಲ್ಲಿ ಅಷ್ಟೇ ಹಾಸು ಹೊಕ್ಕಾಗಿದ್ದಾಳೆ.

ಬೆಂಗಳೂರಿಗೆ ಬಂದ ಹೊಸತರಲ್ಲಿ ವಾರಾಂತ್ಯದಲ್ಲಿ ಮನೆಯಲ್ಲಿರಲೇ ಉಸಿರುಗಟ್ಟಿದಂತಾಗುತ್ತಿತ್ತು. ಶುಕ್ರವಾರ ಬರುವುದರೊಳಗಾಗಿ ಶನಿವಾರ, ಭಾನುವಾರದ ಕಾರ್ಯಕ್ರಮ ಸಿದ್ಧವಿರುತ್ತಿತ್ತು. ಅದರಲ್ಲಿ ಹಸಿರನ್ನುಟ್ಟ ಪ್ರಕೃತಿಯ ಸೆರಗೊಳಗೆ ಬೆಚ್ಚನೆಯ ಭಾವದಲ್ಲಿ ವಿಹರಿಸಿ ಮನದ ದುಗುಡ, ಕಾಡುವ ಊರಿನ ನೆನಪನ್ನು ಸಮಾಧಾನಿಸುವುದೂ ಒಂದು. ಕನಕಪುರದ ಕಾಡಿನಲ್ಲೆಲ್ಲೋ ಬೈಕ್ ನಿಲ್ಲಿಸಿ ಅಲೆಯುವುದು, ನಂದಿ ಬೆಟ್ಟದ ತಪ್ಪಲಿನಲ್ಲಿ ತೆಂಗು–ದ್ರಾಕ್ಷಿತೋಟದ ನೆರಳಿನಲ್ಲಿ ತಿರುಗಾಡುವುದೋ, ಚೆನ್ನಪಟ್ಟಣದ ಜನಪದ ಲೋಕದಲ್ಲಿ ತಾಸುಗಟ್ಟಲೇ ಕುಳಿತು ಪಟ್ಟಾಂಗ ಹೊಡೆಯುವುದೋ ಮಾಡುತ್ತಾ ಪ್ರಕೃತಿಗಾಗಿ ಹಪಹಪಿಸುವ ಮನವನ್ನು ತಹಬಂದಿಗೆ ತರುವ ಸಣ್ಣ ಪ್ರಯತ್ನ ಮಾಡುತ್ತಿದ್ದೆವು. ಅದೆಷ್ಟು ದಿನ ಅತೃಪ್ತ ಆತ್ಮದಂತೆ 'ಅಲ್ಲಿದೆ ನಮ್ಮನೆ ಇಲ್ಲಿರುವುದು ಸುಮ್ಮನೆ' ಎಂಬ ಹುಸಿ ಭರವಸೆಯೊಡನೆ ಬದುಕುವುದು. ಸಾಲುಮರದ ತಿಮ್ಮಕ್ಕನಂತೆ ಊರತುಂಬಾ ಗಿಡ ನೆಡುವಷ್ಟು ತಾಳ್ಮೆ, ಸಂಯಮ, ಸಮಯ ನಮಗಿಲ್ಲದಿರಬಹುದು. ಆದರೆ ನಮ್ಮ ಕೈಯಲ್ಲಿ ಎಷ್ಟು ಸಾಧ್ಯವೋ ಅಷ್ಟು ಹಸಿರಿಗೆ ಬಸಿರು ಕಟ್ಟಿಸುವ ಬಯಕೆಯಂತೂ ಇದೆ. ಇಷ್ಟು ದಿನ ಬಾಡಿಗೆ ಮನೆಯ ಟೆರೇಸಿನಲ್ಲೇ ಕಾಕೆಸೊಪ್ಪು, ದೊಡ್ಡಪತ್ರೆ, ಲೋಳೆಸರ ಇತ್ಯಾದಿ ಬೆಳೆಸುತ್ತಿದ್ದೆ. ಇನ್ನು ಮುಂದೆ ಮನೆಗಾಗುವಷ್ಟು ಕನಿಷ್ಟ ತರಕಾರಿ, ಸೊಪ್ಪನ್ನು ಮನೆಯಲ್ಲೇ ಬೆಳೆಸುವ ಇರಾದೆಯಿದೆ. ಮನೆ ಸುತ್ತಲೂ ವಿವಿಧ ರೀತಿಯ ಹೂವು, ತರಕಾರಿ, ಹಣ್ಣಿನ ಗಿಡ ಬೆಳೆಸಿ ಈ ಮೂಲಕ ಮುಂದಿನ ತಲೆಮಾರಿಗೂ ಪ್ರಕೃತಿಯನ್ನು ಗೆಳತಿಯಾಗಿಸುವ ಪರಂಪರೆಯ ಬೆಳೆಸಬೇಕಿದೆ. ನನ್ನ ಪ್ರಕಾರ ಪ್ರಕೃತಿಯನ್ನು ಮನೆಮಗಳಂತೆ, ಬಾಲ್ಯದ ಗೆಳತಿಯಂತೆ ಕಾಣುವಷ್ಟು ಮಮತೆ ಬೆಳೆಸಿಕೊಂಡರೂ ಸಾಕು, 'ವಿಶ್ವ ಪರಿಸರ ದಿನಾಚರಣೆ' ಎಂಬ ಪ್ರತ್ಯೇಕ ದಿನದ ಅಗತ್ಯವೇ ಇಲ್ಲ.

7

ಹಾಡ್ ಹೇಳು ಭಟ್ಟಾ...

'ದೋಣಿ ತಾ..ಗಲಿ... ಮುಂದ್ ಹೋಗ..ಲಿ... ದೂಲ ತೀಲವ ತೇ..ಲಲಿ...' ಎಂಬ ಗೊಗ್ಗರು ದನಿಯ ತೊದಲ ಹಾಡು ಪಕ್ಕದಮನೆ ಶೆಟ್ಟರ ಪಾಗರ ಹತ್ತಿರ ಕೇಳಿಸಿದೊಡನೆ ನನ್ನ ತಂಗಿ ಅವಳ ಬಾಲಭಂಟ ದಾಂಬೂವಿನ ಜೊತೆ ಪಾಗಾರಕಟ್ಟೆ ಜಿಗಿದಿರುತ್ತಿದ್ದಳು. ಹದಿನೈದು ದಿನಕ್ಕೊಮ್ಮೆಯಂತೆ ಪಾಕ್ಷಿಕ ಭಿಕ್ಷೆಗೆ ಬರುತ್ತಿದ್ದ ಅವನನ್ನು ಮನೆಗೆ ಕರೆತರುತ್ತಿದ್ದಳು. ಮನೆಗೆ ನೆಂಟರೇ ಬಂದರೆನ್ನುವ ಸಡಗರ ಅವಳಿಗೆ, ಅವಳ ಸಡಗರಕ್ಕೆ ನಾವೂ ದನಿಯಾಗುತ್ತಿದ್ದೆವು. ಸಿಕ್ಕಾಪಟ್ಟೆ ಮಡಿ ಮಾಡುವ ನಮ್ಮಜ್ಜಿಗೆ ಕೂಡ ಅವನ ಕಂಡರೆ ತುಸು ಹೆಚ್ಚಿನ ಕನಿಕರ... ಬಿರುಬಿಸಿಲಲ್ಲಿ ಕೇವಲ ಭಟ್ಟರ ಮನೆಗೆ ಬರುವ ಅವನನ್ನು ಕಂಡರೆ ನನ್ನಮ್ಮ ಅನ್ನಪೂರ್ಣೆಯಾಗುತ್ತಿದ್ದಳು. ದೋಸೆಯೋ, ಹುಳಿಯವಲಕ್ಕಿಯೋ ಮೆದ್ದು ಚೆಂದದ ಮಜ್ಜಿಗೆ ಅಥವಾ ಚಹಾದೊಡನೆ ಅವನ ಹೊಟ್ಟೆ ತಂಪು ಮಾಡುತ್ತಿದ್ದಳು. ಅವನು ಸಂತೃಪ್ತಿಯ ತೇಗಿಗೆ ಕಾದು ಕುಳಿತ ನನ್ನ ತಂಗಿಗೆ ಅವನಲ್ಲಿ ಹಾಡು ಹೇಳಿಸುವ ಸಂಭ್ರಮ. ತನಗೆ ತಿಳಿದ ಒಂದೆರಡು ಹಾಡನ್ನು ಗೊಗ್ಗರಾದರೂ ಪ್ರಾಸಬದ್ಧವಾಗಿ ತನ್ನ ತೊದಲು ನುಡಿಯಿಂದ ಹಾಡುತ್ತಿದ್ದರೆ, ಹಿಂದೆಂದೋ ಆ ದನಿ ಬಹಳ ಮಧುರವಾಗಿತ್ತು ಎಂಬುದಕ್ಕೆ ಪಳಿಯುಳಿಕೆಯಂತಿತ್ತು... ಅವನು ಹಾಡು ಮುಗಿಸುವಷ್ಟರಲ್ಲಿ ನಮ್ಮನೆಯ ಪಾಚಿಕಟ್ಟಿದ ಪಾಗಾರದ ಮೇಲೆಲ್ಲಾ ಮಕ್ಕಳ ಕಪಿ ಸೈನ್ಯ ಕುಂಡೆಯೂರಿ ಕುಳಿತಿರುತ್ತಿತ್ತು, ಕಂಕುಳಲ್ಲೊಂದು ಮಗು ಹೊತ್ತ ದೇವಿ, ಹೊಟ್ಟೆಹೊತ್ತ ಸೋಮ, ಹಣ್ಣೆಯೆಂಬ ಹುಲ್ಲು ತರಲು ಅರಲುಗದ್ದೆಗೆ ಹೋಗಿದ್ದ ಗೌಡ್ತಿಯರು ಸಾಗುವ ದಾರಿಯಲ್ಲೇ ನಿಂತು ಕಿವಿಯಾಗುತ್ತಿದ್ದರು. ಹಾಡುವ ವಿಷಯ ಬಂದಾಗ ಮೈಮರೆಯಬಲ್ಲ ಅವನಿಗೆ 'ಮಳ್ಳ' ಅಂದರೆ ಮಾತ್ರ ಕೋಪವುಕ್ಕಿ ಬಂದು, ದನಿಬಂದತ್ತ ಕಲ್ಲು ಬೀಸುತ್ತಿದ್ದ.

ಅವನ ಸ್ವಂತ ಹೆಸರನ್ನು ಕರೆದರೂ ಉತ್ತರ ನೀಡದಿರುವುದಕ್ಕೆ ನನ್ನ ತಂಗಿ 'ಹಾಡ್ ಹೇಳು ಭಟ್ಟಾ' ಎಂದೇ ನಾಮಕರಣ ಮಾಡಿದ್ದಳು. ಒಮ್ಮೊಮ್ಮೆ ಹಾಡು ಹೇಳೆಂದರೂ ಹಾಡದೇ ಮುಖವುಬ್ಬಿಸಿಕೊಂಡು, ತಿಂಡಿಯನ್ನು ಕೂಡ ಉಸಿರುಬಿಡದೇ ತಿಂದು ಮುಗಿಸಿ ಥಟ್ಟನೆ ಹೊರಟುಬಿಡುತ್ತಿದ್ದ. ಅವನ ವಿಚಿತ್ರ ವರ್ತನೆಯನ್ನು ಕುರಿತು ಅಜ್ಜಿಯಲ್ಲಿ ಕೇಳಿದಾಗ ತಿಳಿದ ಸತ್ಯ ದಂಗು ಬಡಿಸಿತ್ತು.

ಹಿಂದೊಮ್ಮೆ ಅತ್ಯಂತ ಸಾಹುಕಾರನಾಗಿದ್ದದವ ಏನೋ ವ್ಯಾಪಾರ ಮಾಡಲು ಹೋಗಿ ಕೈಸುಟ್ಟುಕೊಂಡು ಮನೆಗೆ ವಾಪಸ್ಸಾಗಿದ್ದ. ಗಾಯದ ಮೇಲೆ ಬರೆಯೆಳೆಯುವಂತೆ ಒಡಹುಟ್ಟಿದವ ಕೂಡ ಆಸ್ತಿಯಲ್ಲಿ ಪಾಲು ಕೊಡದೆ ಮೋಸ ಮಾಡಿದ್ದ. ಕೈಯಲ್ಲಿದ್ದ ಹಣವೆಲ್ಲವೂ ನೀರುಪಾಲಾದಂತಹ ದುಃಖವೊಂದೆಡೆ, ಅಣ್ಣನೆಂಬುವವನ ಮೋಸ, ಇದ್ಯಾವುದು ತಡೆದುಕೊಳ್ಳುವ ಶಕ್ತಿ ಆ ಬಡಪಾಯಿ ಜೀವಕ್ಕಿರಲಿಲ್ಲ. ಕ್ರಮೇಣ ಅದರ ಬಗ್ಗೆ ಚಿಂತಿಸಿ ಚಿಂತಿಸಿ ಅರೆಹುಚ್ಚನಂತಾದ. ಮನೆಯವರಿಂದ ಹೊರದಬ್ಬಿಸಿಕೊಂಡ ಮೇಲೆ ಹುಚ್ಚು ಮತ್ತಷ್ಟು ಹೆಚ್ಚಾದರೂ, ಕೇವಲ ಬ್ರಾಹ್ಮಣರ ಮನೆಯಲ್ಲಿ, ಪೂಜೆ-ಪುನಸ್ಕಾರ ಮಾಡುವ ಶೆಟ್ಟರ ಮನೆಯಲ್ಲಿ ಮಾತ್ರ ಭಿಕ್ಷೆ ಬೇಡುವ ಪರಿಪಾಠವಿಟ್ಟುಕೊಂಡದ್ದು ಮಾತ್ರ ವಿಚಿತ್ರವೆನಿಸುತ್ತಿತ್ತು. 'ಸದ್ಯ ಮಾರಾಯ್ತಿ ಇವಂಗ್ ಮದ್ವೆಯೊಂದ್ ಆಜಿಲ್ಲೆ, ಆಗಿದ್ರೆ ಕೂಸಿಗ್ ಕಷ್ಟಿತ್ತು' ಎಂದು ನಿಡಿದಾದ ನಿಟ್ಟುಸಿರು ಬಿಟ್ಟು ಮಜ್ಜಿಗೆ ಕಡೆಯಲು ಅಜ್ಜಿ ಹೊರಟರೆ, ಮದುವೆಯಾಗಿದ್ದರೆ ಅವಳಾದರೂ ಇವನನ್ನು ಆದರಿಸುತ್ತಿದ್ದಳೇನೋ ಆಗ ಈ ರೀತಿ ಹುಚ್ಚು ಹಿಡಿಯುತ್ತಿರಲಿಲ್ಲವೇನೋ ಎಂದು ಅಮ್ಮನುಲಿದಳು. ನಾನು ತಂಗಿ ಮಾತ್ರ ಅದರ ಜಿಜ್ಞಾಸೆಗೆ ತೊಡಗದೆ ಅವನ ಕಷ್ಟಕ್ಕೆ ಮರುಗುತ್ತಾ ಸುಮ್ಮನೇ ಕುಳಿತಿದ್ದೆವು, ಸದಾ ನಮ್ಮ ಕೋಳಿಜಗಳದಿಂದ ಜಿಂಗುಡುತ್ತಿದ್ದ ಮನೆಗಂದು ಸುಖಾಸುಮ್ಮನೆ ಮೌನವ್ರತ.

ಬೇರೆಯವರನ್ನು ನಿಂದಿಸದೇ, ಚುಚ್ಚು ಮಾತನಾಡದೇ ಬಂದಾಗಲೆಲ್ಲ ಹೊಟ್ಟೆತುಂಬಾ ಊಟಹಾಕುವ ನಮ್ಮ ಮನೆಯೆಂದರೆ ಅವನಿಗೂ ಅದೇನೋ ಪ್ರೀತಿ. ಕೆಲವೊಮ್ಮೆ ಯಾರ ಮನೆಗೂ ಹೋಗದೆ ನಮ್ಮ ಮನೆ ಜಗುಲಿಯ ಹೊರಗಣ ಕಟ್ಟೆಯ ಮೇಲೆ ಬಂದು ಮಲಗಿಬಿಡುತ್ತಿದ್ದ. ಸ್ನಾನ-ಪೂಜೆ ಮುಗಿಸಿದ ನನ್ನಜ್ಜಿ ಮಂಗಳಾರತಿಯ ಹೊತ್ತಿಗೆ ಮಲಗಬಾರದೆಂದು ಅವನನ್ನೆಬ್ಬಿಸಿದರೆ, ಕಣ್ತುಂಬಿಕೊಂಡು ಎದ್ದು ಬಿಡುತ್ತಿದ್ದ. ಅಜ್ಜಿ ಅವನ ಊಟಕ್ಕೆ ಹಾಕುವ ಹೊತ್ತಿಗೆ ಬಚ್ಚಲಲ್ಲಿ ಕೈಕಾಲು ತೊಳೆದು, ತೋಟದಿಂದ ಬಾಳೆಲೆ ತಾನೇ ಕೊಯ್ದು ಊಟಕ್ಕೆ ಕುಳಿತು, ಬಾಳೆಲೆಗೆ ಸುತ್ತುಗಟ್ಟುವುದು, ಊಟಾದ ಮೇಲೆ ಗೋಮಯ ಹಾಕಿ ಸಾರಿಸುವುದು ಎಲ್ಲಾ ಮಾಡಿಯೇ ಹೊರಡುವ ಅವನನ್ನು ಕಂಡರೆ ನಮ್ಮಪ್ಪನೂ ಶುದ್ಧ ಅಂತಃಕರಣಿಯಾಗಿ ಹತ್ತು ರೂಪಾಯಿ ಕೈಯಲ್ಲಿರಿಸಿ ಕಳುಹಿಸುತ್ತಿದ್ದರು.

ಒಂದು ದಿನ ಗೋರೆಯ ಜಾತ್ರೆಯಲ್ಲಿ ಮತ್ತೊಬ್ಬ ಮಳ್ಳಿ ಹೆಂಗಸಿನ ಜೊತೆಗೆ ಅಂಟಿದಂತೆ ಕುಳಿತಿದ್ದ ಭಿಕ್ಷುಕರ ಸಾಲಿನಲ್ಲಿ, ನಾವು ಮಾತನಾಡಿಸಿದ್ರೂ ನಾಚಿಕೆಯಿಂದ ಹಲ್ಲುಗಿಂಜಿದ್ದ. 'ಮಳ್ಳಾದ್ರೂ ಇಂತವೆಲ್ಲಾ ಸಮಾ ನೆನ್ಪಿರ್ತು ಈ ಗಂಡ್ಸ್ರ ಜಾತಿಗೆ' ಎಂದು ಅಮ್ಮ ನಗೆಯಾಡಿ ಗಂಡಸರ ಕುಲವನ್ನೆಲ್ಲಾ ಸಗಣಿ ಹಾಕಿ ಸಾರಿಸಿದ್ದಳು. ಅದಾದಮೇಲೆ ಅವನೆಲ್ಲೋ ಕಾಣದಾಗಿದ್ದ, 'ಹಾಡು ಹೇಳು ಭಟ್ಟಾ ಆ ಮಳ್ಳಿ ಸಂತಿಗೆಲ್ಲೋ ಓಡ್ ಹೋದ್ನಂತ್ರಾ' ಎಂದು ಮಾಸ್ತಿ ಸುದ್ದಿ ಹೊತ್ತು ತಂದಳು. ತಿಂಗಳಾದ ಮೇಲೆ ಗಂಟು ಮುಖಹೊತ್ತು ಮನೆಗೆ ಬಂದವನಲ್ಲಿ ಹಾಡು ಹೇಳಿಸುವುದಿರಲಿ, ಮಾತನಾಡಿಸುವ ಧೈರ್ಯವೂ ಮಕ್ಕಳಾದ ನಮಗಿರಲಿಲ್ಲ. ಕೊನೆಗೆ ಅಜ್ಜಿಯೇ 'ಎಲ್ಲಿಗೋಗಿದ್ಯಾ? ಮನೆ ಬದಿಗ್ ಬಂಜೆ ಇಲ್ಲೆ' ಕೇಳಿದಳು. ಅದನ್ನೇ ಕಾಯುತ್ತಿದ್ದ ಕಾಣ್ಸುತ್ತೆ 'ಎಲ್ಲಲೂ ಕೆತ್ತವಲು, ಈಗ್ ಆಚ್ಲೆಗ್ ಕೊದಿ' ಎಂದು ಕಣ್ಣೀರಿಟ್ಟ. ಅದಾದ ಮೇಲೆ ಒಂದೆರಡು ಬಾರಿ ಬಂದಿದ್ದನಷ್ಟೇ... ಆಮೇಲೆ ಶಿವರಾತ್ರಿಯ ಭಿಕ್ಷುಕರ ಸಾಲು, ಸುತ್ತಮುತ್ತಲಿನ ಜಾತ್ರೆಯ ಭಿಕ್ಷುಕರ ಗುಂಪು, ಮದುವೆಮನೆ, ಮುಂಜಿ ಮನೆಯಂತಹ ಕಾರ್ಯಕ್ರಮದಲ್ಲಿ ಊಟಕ್ಕೆ ಹಾಜರಿ ಹಾಕುತ್ತಿದ್ದ.

ಎರಡು ವರ್ಷದ ಹಿಂದೆ ಶಿವರಾತ್ರಿಗೆಂದು ಧಾರೇಶ್ವರ ದೇವಸ್ಥಾನಕ್ಕೆ ಹೋದರೆ, ರಥಬೀದಿಯ ಉದ್ದಗಲಕ್ಕೂ ಭಿಕ್ಷುಕರ ಸಾಲು, ಅದರಲ್ಲಿ ಇವನೂ ಕುಳಿತಿದ್ದ. ಗುರುತು ಪರಿಚಯವಿಲ್ಲದಂತೆ ಗುಮ್ಮೆಂದು ಕುಳಿತಿದ್ದ, ಗುರುತಾದರೂ ಹೇಗೆ ಹತ್ತಿತು ಅವನಿಗೆ, ಅವನು ನೋಡಿದ್ದು ಸಣ್ಣ ಕೂಸುಗಳನ್ನು. ಅವನ ತಟ್ಟೆಗೆ ಹತ್ತು ರೂಪಾಯಿ ಹಾಕಿದಾಗ, ಎರಡು ರೂಪಾಯಿ ಹಾಕಿಸಿಕೊಂಡ ಅವನ ಪಕ್ಕದವ ಗುರುಗುಟ್ಟುತ್ತಿದ್ದ. ಹಿಂತಿರುಗಿ ಬರುವಾಗ ಮನಸ್ಯಾಕೋ ಭಾರವಾಗಿತ್ತು. ಮೊನ್ನೆ ಮೊನ್ನೆಯಷ್ಟೇ ನನ್ನ ಹತ್ತಿರದವರ ಮದುವೆಗೆ ಬಂದಿದ್ದ. ಊಟಕ್ಕೆ ಕುಳಿತವರಿಗೆ ಉಪಚಾರ ಹೇಳಲು ಹೋದ ನನಗೆ ಅವನನ್ನು ಕಂಡು ಸಣ್ಣ ಕಿರುನಗು. 'ಸಮಾ ಊಟ ಮಾಡ್ಕಂಡ್ ಹೋಗು ಆತಾ' ಎಂದೇ. ತಲೆಯಾಡಿಸಿ ನಗುತ್ತಾ ಜಿಲೇಬಿ ಮೆಲ್ಲುತ್ತಾ ಅವನುಣ್ಣುತ್ತಿದ್ದುದ ಕಂಡು ಕಣ್ತುಂಬಿ ಬಂತು. ಮೊನ್ನೆ ಅಮ್ಮ ಹೇಳುತ್ತಿದ್ದಳು ಯಾರ ಮನೆಗೂ ಊಟಕ್ಕೆ ಬರುವುದಿಲ್ಲ ಎಲ್ಲಿ ಊಟ ಮಾಡ್ತಾನೇನೋ ಅಂತ, ತಕ್ಷಣ ಮನ ಒದ್ದೆಯಾಗಿತ್ತು... ಒಳ್ಳೆಯ ಮನೆತನದಲ್ಲಿ ಸಾಹುಕಾರನಾಗಿ ಹುಟ್ಟಿ, ಯಾವುದೋ ಕೆಟ್ಟ ಕ್ಷಣದಲ್ಲಿ ಎಲ್ಲಾ ಕಳೆದುಕೊಂಡು ಬರಿಗೈ ದಾಸನಾದ ಅವನ ಪರಿಸ್ಥಿತಿ ಮಾತ್ರ ಯಾವ ಶತ್ರುವಿಗೂ ಬೇಡ ಅನಿಸಿತ್ತು. ಯಾವಾಗಲೂ ಅವನು ಹಾಡುವ 'ದೋಣಿ ಸಾಗಲಿ ಮುಂದೆ ಹೋಗಲಿ' ಹಾಡಿಗದೆಷ್ಟು ಅರ್ಥವಿದ್ದೀತು ಅವನ ಬಳಿಯೆಂದು ಮನ ಮಿಡಿಯುತ್ತಾ ಕುಳಿತಿತ್ತು...

8

ಬೊಂಬಾಯ್ ಮಿಠಾಯಿ ಮಾಮ

ಬಾಯಲ್ಲಿಟ್ಟರೆ ಕರಗುವ, ಕಲ್ಲುಸಕ್ಕರೆಗಿಂತ ಸಿಹಿಯಾದ, ಮೆದ್ದರೆ ಬಾಯೆಲ್ಲಾ ಕೆಂಗುಲಾಬಿಯಂತಾಗುವ 'ಬೊಂಬಾಯಿ ಮಿಠಾಯಿ' ಅಂದರೆ ನಮಗೆಲ್ಲಾ ಅದೇನೋ ಅಚ್ಚರಿ, ಕುತೂಹಲ, ಹತ್ತಿಕ್ಕಲಾಗದ ಆಸೆ, ತಿಂದಷ್ಟೂ ಬೇಕೆಂಬ ಬಯಕೆ. ನಾವು ಚಿಕ್ಕವರಿದ್ದಾಗ 'ಪೋಂಯ್ಕ್ ಪೋಂಯ್ಕ್' ಎಂದು ಪೀಪೀ ಒತ್ತುತ್ತಾ 'ಬೊಂಬಾಯ್ ಮಿಠಾಯಿ'ಯ ಮಾಮ ಬರುತ್ತಿದ್ದರೆ, ಅದೆಲ್ಲೇ ಇದ್ದರೂ ಕಿವಿ ನೆಟ್ಟಗಾಗುತ್ತಿದ್ದವು. ಇನ್ನೇನು ಗೆಲ್ಲುವ ಹಂತದಲ್ಲಿದ್ದ ಆಟವನ್ನೂ ಬಿಟ್ಟು, ಉಣ್ಣುತ್ತಿದ್ದ ಕೊನೆತುತ್ತನ್ನೂ ಕೆಳಗಿಟ್ಟು, ಸ್ನಾನ ಮಾಡುವಾಗ ಕೊನೆಯಲ್ಲಿ ಹೇಳುವ 'ಗಂಗೇಚ ಯಮುನೇಚೈವ'ವನ್ನು ಅಲ್ಲಿಗೇ ತುಂಡು ಮಾಡಿ 'ಸನ್ನಿಧಿಂ ಕುರು' ಎಂದಷ್ಟೇ ಜೋರಾಗಿ ಕೂಗಿ, ನೀರೆತ್ತುತ್ತಿದ್ದರೆ ಕೊಡಪಾನವನ್ನು ಬಾವಿಯಲ್ಲೇ ಜಾರಿಬಿಟ್ಟು, ಅಂಬೆಗರು ತಾಯದನಿ ಕೇಳಿ ಛಂಗನೇ ಜಿಗಿದು ನೆಗೆದು ಉಸಿರುಬಿಟ್ಟು ಓಡುತ್ತಿದ್ದೆವು. 'ಮಾಮಾ! ಇಲ್ಲೆ ನಿಂತ್ಕಳಿ, ಆಯಿ ಹತ್ರಾ ದುಡ್ ತಕಂಡ್ ಈಗ್ ಬರ್ತೆ, ಮುಂದ್ ಹೋಗ್ಬೇಡಿ' ಎಂದವನಿಗೆ ತಾಕೀತು ಮಾಡಿ, ಅಮ್ಮನ ಬಳಿ ಕಾಸು ಕೀಳಲು ಯಾವ ರೀತಿಯ ಹೊಸತಂತ್ರವನ್ನು ಉಪಯೋಗಿಸಬೇಕು ಎಂದು ಮಹಾನ್ ಪಂಡಿತನಂತೇ ಯೋಚಿಸುತ್ತಾ ಮನೆಗೆ ಹಿಂದೋಡುತ್ತಿದ್ದೆವು. ಅಲ್ಲಿ ಉಳಿದ ಮಕ್ಕಳ ಮುಂದೆ ತೋರಿಸಿದ್ದ ಗತ್ತು–ಗಮ್ಮತ್ತು–ಸೊಕ್ಕಿನ ಭಾವವೆಲ್ಲಾ ಮನೆಗೆ ಬರುವಷ್ಟರಲ್ಲಿ 'ದೀನ'ವಾಗಿ ಬದಲಾಗಿರುತ್ತಿತ್ತು. ದುಡ್ಡಿಗಾಗಿ ಕಾಡಿಸಿ–ಪೀಡಿಸಿ ಕಣ್ಣೀರುಗರೆದು ಐದು ರೂಪಾಯಿ ತೆಗೆದುಕೊಂಡು ಬರುವಷ್ಟರಲ್ಲಿ, ಮಾಮನಾಗಲೇ ಕಾದು–ಕಾದು ಮುಂದೆಲ್ಲೋ ಹೋಗಿರುತ್ತಿದ್ದ ತನ್ನ ಬಡ ಸೈಕಲ್ ತುಳಿಯುತ್ತಾ. 'ಮಾಮಾ ಮಾಮಾ ನಿಂತ್ಕಳಾ, ಮಾಮಾ' ಎಂದು ಊರಿಗೆಲ್ಲಾ ಕೇಳಿಸುವಂತೆ ಗಂಟಲು

ಹರಿದು ಕೂಗಿ ಅವನನ್ನು ನಿಲ್ಲಿಸಿ ಓಡೋಡುತ್ತಾ ಏದುಸಿರಿನ ಜೊತೆಗೆ ಕೈಯಲ್ಲಿ ಬೊಂಬಾಯ್ ಮಿಠಾಯ್ ಬಿದ್ದೊಡನೆ ಅದೇನೋ ಸಾರ್ಥಕ ಭಾವ... ತಂಗಿಯು ತನ್ನ ಕೈಯಲ್ಲಿದ್ದ ಬೊಂಬಾಯ್ ಮಿಠಾಯಿಯನ್ನು ಸರಕ್ಕನೇ ತಿಂದು ಮುಗಿಸಿದರೆ, ನಾನದನ್ನು ಬೇಕೂಂತಲೇ ಮೆಲ್ಲನೆ ಮೆಲ್ಲುತ್ತಾ, ಅವಳ ಹೊಟ್ಟೆಯುರಿಸಿ ಅಮ್ಮನ ಕೈಲಿ ಸಮಾ ಬೈಸಿಕೊಳ್ಳುತ್ತಿದ್ದೆ.

ಹೀಗೊಂದು ದಿನ ಪ್ರತಿಸಲದಂತೆ 'ಬೊಂಬಾಯ್ ಮಿಠಾಯಿ' ಮಾಮ ಬಂದ ಎಂದಿನ ತನ್ನ ಪೀಪೀ ಸದ್ದಿನೊಡನೆ. ಆ ಸದ್ದು ಕೇಳಿದೊಡನೆ ಎಂದಿನಂತೆ ನನ್ನ ಥಕಧಿಮಿತಾಂ ಶುರುವಾಗಿತ್ತು. ಕಾಸು ಕೊಡೆಂದು ನಾನು, ತಂಗಿಗೆ ಜ್ವರ ನೀನ್ ತಿಂದ್ರೆ ಅವಳೂ ಹಠ ಮಾಡ್ತಾಳೆ ಅಂತ ಅಮ್ಮ. ಹಠ–ಅಳು ತಾರಕಕ್ಕೇರಿ ಸಣ್ಣ ಯುದ್ಧವೊಂದು ನಡೆದು, ದಾಸವಾಳದ ಶೆಳೆಯಿಂದ ಒಂದೇಟೂ ಬಿದ್ದು, ಅಮ್ಮ ಸ್ನಾನಕ್ಕೆ ಹೊರಟಳು ತಾತ್ಕಾಲಿಕ ಕದನ ವಿರಾಮ ಘೋಷಿಸಿ. ನನಗೋ ಗುಬ್ಬಿಮರಿಯಂತೆ ಮಲಗಿದ್ದ ತಂಗಿಯ ಮೇಲೆ ಹುಸಿಕೋಪ, ಜ್ವರದಿಂದ ಮಲಗಿದ್ದಾಳೆಂದು ಪೆಟ್ಟು ಹಾಕುವ ಮನಸ್ಸೂ ಬರುತ್ತಿಲ್ಲಾ (ಇಲ್ಲಾಂದ್ರೆ ಅಂಡಿಗೆರಡೇಟು ಬೀಳ್ತಿತ್ತು). ಹಾಗಂತಾ ಹೋಗ್ಲಿಬಿಡು ಅಂತ 'ಬೊಂಬಾಯ್ ಮಿಠಾಯಿ' ತ್ಯಾಗ ಮಾಡ್ಲಿಕ್ಕಂತೂ ಮನಸ್ಸೇ ಇಲ್ಲ. ಕೊನೆಗೊಂದು ಉಪಾಯ ಮಾಡಿ ಓಡಿದೆ, ಮಾಮನ ಹತ್ರ ಹೋಗಿ 'ಮಾಮ! ನಿಮ್ಮನೇ ಕರ್ಕಿ ಅಲ್ವನಾ? ಅಲ್ಲಿ ನನ್ನ್ ದೊಡ್ಡಪ್ಪಾ–ದೊಡ್ಡಮ್ಮಾ ಇರ್ತು. ಅವರತ್ರ ದುಡ್ಡ್ ತಕಳ್ತ್ಯಾ? ಆ ರೈಸ್ ಮಿಲ್ ಹತ್ರಾ ಅವ್ರ ಮನೆ...' ಅಂತೆಲ್ಲಾ ಅಲವತ್ತುಕೊಂಡೆ. ಅವನಿಗೆ ತಕ್ಷಣಕ್ಕೆ ಗೊತ್ತಾಯ್ತು ಅಂತ ಕಾಣುತ್ತೆ, ಸಮಾ ಬೈದು ವಾಪಸ್ ಕಳುಹಿಸಿದ್ದ. ಸಪ್ಪೆಮೋರೆ ಹೊತ್ತು ಮನೆಗೆ ಬಂದವಳಿಗೆ ಕಾಣಿಸಿದ್ದು ಅಂಗಳದಲ್ಲಿ ಒಣಗಿಸಿಟ್ಟ ರಾಶಿ ರಾಶಿ ಗೋಟಡಿಕೆ, ಏನೋ ಆಲೋಚನೆಯಿಂದ ಮುಖವರಳಿತ್ತು. ಹಾಕಿಕೊಂಡ ಫ್ರಾಕ್ ಅನ್ನು ಮೇಲಕ್ಕೆತ್ತಿ, ಅದರೊಳಗೆ ಮುಷ್ಟಿಗೆ ಸಿಕ್ಕಷ್ಟು ಅಡಿಕೆ ತುಂಬಿಸಿ ಮತ್ತೆ ಮಾಮಾನ ಬಳಿಯೋಡಿದೆ. ಸದಾ ಬಾಯ್ತುಂಬಾ ಕವಳ ಮೆಲ್ಲುವ ಮಾಮನಿಗೆ ಗೋಟಡಿಕೆ ಕಂಡಿದ್ದೆ ಜೊಲ್ಲು ಜಾರಿಬೀಳುವ ಮೊದಲೇ ಒಳಗೆಳೆದುಕೊಂಡದ್ದು ಸ್ಪಷ್ಟವಾಗಿ ಕಾಣಿಸಿತ್ತು. ಖುಶಿಯಿಂದ ಎರಡೆರಡು ಮಿಠಾಯಿ ಪ್ಯಾಕೆಟ್ ಕೈಯಲ್ಲಿಟ್ಟ, ನಾನೂ ಖುಶಿಯಿಂದ ಜಿಗಿದು ಹಿಂತಿರುಗುವಷ್ಟರಲ್ಲಿ ರಪ್ಪನೆ ಬೆನ್ನಮೇಲೆ ಏಟೊಂದು ಬಿತ್ತು, ನೋಡಿದರೆ ಸತೀಶಣ್ಣ ನಿಂತಿದ್ದ ಕಣ್ಣುಗೆಂಪು ಮಾಡಿಕೊಂಡು. 'ಅಲ್ವಾ ಅದು ಸಣ್ ಕೂಸು, ಗೊತ್ತಾಗುದಿಲ್ಲ. ನಿಂಗ್ ಬುದ್ಧಿ ಬೇಡ್ವನಾ? ಅಡ್ಕೆ ತಕಬಂದ್ ಕೊಟ್ರೆ ಬೈಯ್ಯುದು ಬಿಟ್ಟ್ ತಕಳ್ತ್ಯಲ ಮಾರಾಯ. ಇನ್ನೊಂದ್ಸಲಾ ಹಿಂಗ್ ಮಾಡ್ರೆ ಊರಿಗ್ ಕಾಲ್ ಇಡುಕ್ ಬಿಡುದಿಲ್ಲಾ ನೋಡ್ಕಾ' ಎಂಬ ಸತೀಶಣ್ಣನ ಕೋಪದ ಮಾತಿಗೆ 'ತಪ್ಪಾಯ್ತು ಒಡೆದಿರೆ' ಎಂದಷ್ಟೇ ಹೇಳಿ ಮಾಮನೂ ಸೈಕಲ್ ಕಿತ್ತ. ಅಡಿಕೆ

ಮರಳಿ ತೆಗೆದುಕೊಂಡು ದುಡ್ಡು ಕೊಡುವಷ್ಟರಲ್ಲೇ ಮಾಮ ಮರೆಯಾಗಿದ್ದ. ಮನೆಗೆ ಬಂದ ಸತೀಶಣ್ಣ ನನ್ನ ಪರವಾಗಿ ಮಾತನಾಡಿ ಅಮ್ಮನಿಗೇ ಬೈದಂತೆ ಮಾಡಿದಾಗ ನನಗೆ ಒಳಗೊಳಗೇ ಖುಶಿಯಾಗಿತ್ತು. ಅದಾದ್ಮೇಲೆ ಅಮ್ಮ ಯಾವತ್ತೂ ದುಡ್ಡು ಕೊಡಲು ಸತಾಯಿಸಲಿಲ್ಲ, ಕೆಲವೊಮ್ಮೆ ತಿಳಿಹೇಳಿ ರಮಿಸುತ್ತಿದ್ದಳು, ನನಗೂ ಹಠ ಮಾಡಬೇಕೆಂದು ಅನಿಸಲೇ ಇಲ್ಲ.

ಈಗಲೂ ಊರಲ್ಲಿ ಒಮ್ಮೊಮ್ಮೆ 'ಬೊಂಬಾಯಿ ಮಿಠಾಯಿ' ಮಾರುವವ ಬರುತ್ತಾನೆ. ಸುಕ್ಕುಹಿಡಿದ ಸೈಕಲ್ ಜಾಗದಲ್ಲಿ ತಳ್ಳುಗಾಡಿಯೊಂದು ಬಂದಿದೆ, 'ಬೊಂಬಾಯಿ ಮಿಠಾಯಿ ಮಾಮ' ಈಗ 'ಹೋಯ್ ಹಲ್ಲೋ' ಆಗಿ ಬದಲಾಗಿದ್ದಾನೆ. ಅದೇನೋ ಈಗಿನ ಮಕ್ಕಳಿಗೆ ನಮ್ಮಂತೆ ಸಣ್ಣಪುಟ್ಟ ವಿಷಯದಲ್ಲಿ ಆಸಕ್ತಿಯೂ ಇಲ್ಲಾ, ಆಸೆಯೂ ಇಲ್ಲ. ತಿನ್ನಬೇಕು ಅನ್ನಿಸಿದರೆ ತೆಗೆದುಕೊಂಡು ತಿನ್ನುತ್ತಾರಷ್ಟೇ. ಬೆಂಗಳೂರಲ್ಲಂತೂ 'ಬೊಂಬಾಯ್ ಮಿಠಾಯಿ'ಯನ್ನು ಕೇಳುವವರೇ ಕಮ್ಮಿ. ಆದರೂ ಕೆಂಗುಲಾಬಿ ಬಣ್ಣದ ಆ ಕೊಟ್ಟೆ ಕಂಡೊಡನೆ ನನ್ನ ಮುಖವರಳುತ್ತೆ, ಊರಿನ ಸುಮಧುರ ನೆನಪುಗಳು ಹೀಗೆ ಕಣ್ಮುಂದೆ ತೇಲಿ ಬರುತ್ತೆ.

9

ಮುಗುದೆ ಮಾಸ್ತಿ ಮತ್ತವಳ ಪ್ರೀತಿ...

ನಮ್ಮನೆಗೆ ದಿನವೂ ಕೆಲಸಕ್ಕೆಂದು ಬರುತ್ತಿದ್ದ ಮಾಸ್ತಿಯ ಜೊತೆಗಿನ ಮಧುರ ದಿನಗಳ ನೆನಪಿಂದೂ ಕೂಡ ಹಸಿರಾಗಿದೆ... 'ಮಾಸ್ತಿ'-ಹಾಲಕ್ಕಿ ಒಕ್ಕಲಿಗರ ಜನಾಂಗಕ್ಕೆ ಸೇರಿದ ಹೆಣ್ಣುಮಗಳು... ಎತ್ತಿಕಟ್ಟಿದ ತುರುಬು, ಕೂದಲೇ ಕಾಣದಂತೆ ಸುತ್ತಿರುವ ಮಾರುಗಟ್ಟಲೆ ಹೂವು, ಅಂಗೈಯಗಲದ ಹಣೆಬೊಟ್ಟು, ತುಟಿಯಂಚನ್ನು ಸೋಕುವ ಮೂಗಿನ ನತ್ತು, ಕಿವಿಯಲ್ಲೊಂದು ಪುಟ್ಟ ಓಲೆ, ಕುಪ್ಪಸವಿಲ್ಲದೆ ವಿಶಿಷ್ಟವಾಗಿ ಸೀರೆಯುಡುವ ರೀತಿ, ಅರೆತೆರೆದ ಮೈಯೆಲ್ಲಾ ಮುಚ್ಚುವಂತೆ ಧರಿಸುವ ಮಣಿಹಾರ, ಕೈತುಂಬಾ ಬಳೆ, ಭುಜದಲ್ಲಿನ ಬಾಹುಬಂಧಿಗಳು, ಹೀಗೆ ಅವಳ ವೇಷಭೂಷಣವೇ ನನಗೆ ಮೊದಲ ಆಕರ್ಷಣೆಯಾಗಿತ್ತು... ಬಾಯಿತುಂಬ ಕವಳ ತುಂಬಿಕೊಂಡು, ಅವಳಾಡುವ ಹಳೆಗನ್ನಡದಂತಹ ಗ್ರಾಮೀಣ ಭಾಷೆ ಕೇಳಲು ಮುದ ಕೊಡುತ್ತಿತ್ತು. ನಾನು-ನನ್ನ ಪುಟ್ಟ ತಂಗಿ ಇಬ್ಬರೂ ಸೇರಿ ಅವಳಾಡುವ ಪ್ರತೀ ಮಾತನ್ನು ಅಣಕಿಸುತ್ತಾ, ಬೇಕೂಂತಲೇ ಅವಳಿಂದ ಕ್ಲಿಷ್ಟಕರವಾದ ಶಬ್ದವನ್ನು ಹೇಳಿಸಿ, ಅದನ್ನು ಉಚ್ಚರಿಸಲಾಗದೇ ತೊದಲುವ ಅವಳನ್ನು ಕೀಟಲೆ ಮಾಡಿದರೂ, ಒಂದಿನಿತೂ ಬೇಸರಿಸದೇ ನಮ್ಮ ನಗುವಿಗೆ ದನಿಯಾಗುತ್ತಿದ್ದಳು...

ನನ್ನಮ್ಮ ಮದುವೆಯಾಗಿ ಬಂದಾಗಿನಿಂದ ಅಮ್ಮನ ಸಹಾಯಕ್ಕೆಂದು ಕೆಲಸಕ್ಕೆ ಸೇರಿದವಳು, ಒಂದು ದಿನವೂ ವಿನಾಕಾರಣ ಕೆಲಸ ತಪ್ಪಿಸಿದ್ದಿಲ್ಲ... ಮಾಡುವ ಕೆಲಸದಲ್ಲಿನ ಅವಳ ಶ್ರದ್ಧೆ, ಅದರಲ್ಲಿನ ಅಚ್ಚುಕಟ್ಟುತನ ಇಂದಿನವರಲ್ಲಿ ಕಾಣಲು ಸಿಗಲಾರದು... ದಿನವೂ ಕುಡಿದ ಮತ್ತಿನಲ್ಲಿ ವಿನಾಕಾರಣ ಹಿಂಸಿಸುವ ಗಂಡ ಬೀರನನ್ನು ಸಹಿಸಿಕೊಂಡು, ಒಂದಾದ ಮೇಲೊಂದರಂತೆ ಏಳು ಮಕ್ಕಳನ್ನು ಹಡೆದು, ಸರಿಯಾಗಿ ಬಾಣಂತನದ ಆರೈಕೆಯಿಲ್ಲದೇ ದಿನೇ-

ದಿನೇ ಸೊರಗತೊಡಗಿದಳು... ಅವಳ ಕುಡುಕ ಗಂಡನ ಕಣ್ತಪ್ಪಿಸಿ ನನ್ನಮ್ಮ ಕೊಡುತ್ತಿದ್ದ ಕಷಾಯ, ತಿಂಡಿ–ತಿನಿಸುಗಳೆಲ್ಲಾ ಅವಳ ಮಕ್ಕಳ ಪಾಲಾಗುತ್ತಿತ್ತು... ರಕ್ತವಿಲ್ಲದೇ ಅವಳು ಬಿಳುಚಿಕೊಂಡ ರೀತಿಗೆ ನಾವೆಲ್ಲ ಕಂಗಾಲು... ಕೊನೆಗೆ ಅವರ ಸಮುದಾಯದ ಊರಗೌಡನಿಗೆ ಮುಂದಿನ ಸೂಕ್ಷ್ಮತೆಯ ಬಗ್ಗೆ ತಿಳಿಸಿ, ಅವನು ಅವಳ ಗಂಡನಿಗೆ ಬಹಿಷ್ಕಾರದ ಬೆದರಿಕೆ ಹಾಕಿದ ಮೇಲೆ ಪರಿಸ್ಥಿತಿ ತಿಳಿಯಾಗುತ್ತ ಬಂದು, ನಮ್ಮ ಮಾಸ್ತಿ ಪುನರ್ಜನ್ಮ ಪಡೆದಳು... ಅಷ್ಟು ಹಿಂಸಿಸಿದ ಗಂಡನನ್ನು ಇಂದಿಗೂ ದೇವರೆಂದೇ ಗೌರವಿಸಿ, ಅವನಿಗೆದುರಾಡದೇ ನಡೆದುಕೊಳ್ಳುವ ಅವಳ ಮುಗುದತೆಗೆ ಕೆಲವೊಮ್ಮೆ ನಾವು ತುಂಬ ಮರುಗುತ್ತಿದ್ದೆವು.

ಮುಂದೆ ಓದಲೆಂದು ನಾ ಬೇರೆಯೂರಿಗೆ ಹೋಗುವುದೆಂದು ನಿಶ್ಚಯವಾದಾಗ ಮಾಸ್ತಿಯ ಕಣ್ಣಂಚಲಿ ತುಳುಕುವ ನೀರು... ಅದನ್ನು ನಮಗೆ ಕಾಣದಂತೆ ತೊಡೆದು 'ದೊಡ್ತಂಗಿ (ನನಗವಳು ಕರೆಯುತ್ತಿದುದೇ ಹಾಗೆ)! ಹುಸಾರು ಮಗಾ. ಛೊಲೊ ಬರ(ಬರಹ) ಕಲ್ತಕಂಡು ಬಾ' ಎನ್ನುವಾಗ ಅವಳ ದನಿಯಲ್ಲಿನ ನಡುಕ ಸ್ಪಷ್ಟವಾಗಿತ್ತು... ಪ್ರತೀ ಮುಂಜಾನೆಗೂ ನನ್ನ ಜೊತೆಗಿರುತ್ತಿದ್ದ ನನ್ನೂರನ್ನು, ನನ್ನವರನ್ನು ಅಗಲಿರುವುದು ನನಗೂ ಸುಲಭವಾಗಿರಲಿಲ್ಲ, ಆದರೂ ಅನಿವಾರ್ಯ... ಅಂತೂ ಮೊದಲನೇ ಸೆಮಿಸ್ಟರ್ ಮುಗಿಸಿ ಊರಿನೆಡೆ ಪಯಣಿಸುತ್ತಿದ್ದವಳಿಗೆ 'ಹೊಸ ಮದುಮಗಳು ತವರಿಗೆ' ಹಿಂತಿರುಗುತ್ತಿದ್ದಾಗಿನ ಸಂಭ್ರಮ... ಮನೆ ತಲುಪಿದವಳಿಗೆ ಸಿಕ್ಕಿದ್ದು ತುಂಬು ಪ್ರೀತಿಯ ಸ್ವಾಗತ. ಅಮ್ಮ ಮಾಡಿಕೊಟ್ಟ ತಿಂಡಿ ತಿಂದು ಹೊರಗೆ ಬರುವಾಗಲೇ ಮಾಸ್ತಿಯ ಆಗಮನ... ಅವಳ ಕೈ ತುಂಬಾ ನನ್ನಿಷ್ಟದ 'ಸೀತಾಫಲ' ಹಣ್ಣುಗಳು... 'ಆರಾಮೀವ್ಯ ದೊಡ್ತಂಗಿ? ರಾಶ್ಶಿ ಜೀರು (ತೆಳ್ಳಗೆ) ಆಗೀಯಲೇ!! ಊಟುವೆಲ್ಲಾ ಸಮಾ ಕೊಡ್ತ್ರಾ ಇಲ್ಲಾ ಅಲ್ಲಿ? ಕೊಟ್ಟಿದ್ದಾರು ಸರಿ ತಿಂಬುಕೆ (ತಿನ್ನಲು) ವೈಯಾರ ನಿಂಗೆ...'–ಹೀಗೆ ಒಂದೇ ಸಮ ಮಾತನಾಡುತ್ತಿದ್ದ ಮಾಸ್ತಿಯ ಕಣ್ಣಲ್ಲಿ ಕಂಡಿದ್ದು ಮುಗ್ಧ ಪ್ರೀತಿ–ತುಂಬು ಕಾಳಜಿ... ನಾನದಕ್ಕೆಲ್ಲ ಉತ್ತರಿಸುವ ಮೊದಲೇ ನನ್ನ ಕೈಲಿ ಹಣ್ಣನ್ನಿಟ್ಟು–'ಇಕ ತಂಗಿ! ಈ ಸೀತಾಫಲ ನಿಂಗೆ ರಾಶ್ಶಿ ಪಿರ್ತಿ (ಪ್ರೀತಿ) ಹೇಳಿ ತಕ್ಕಂಡು ಬಂದೆ. ನೀ ಒಬ್ಬೇ ತಿನ್ನು, ಸಣ್ತಂಗಿಗೆಲ್ಲ (ನನ್ನ ತಂಗಿಗೆ) ಕೊಡುದು ಬ್ಯಾಡ... ನಿಂಗಾರೆ ರಾಶ್ಶಿ ಅಪ್ರೂಪ (ಅಪರೂಪ)' ಎಂದವಳ ಮಾತಲ್ಲಡಗಿದ ಸಂತಸ ನನ್ನನ್ನು ಮೂಕಳನ್ನಾಗಿಸಿತ್ತು... ನಾನು ಊರಿಗೆ ಬರುವ ಸುದ್ದಿ ತಿಳಿದಾಗಿನಿಂದ ಸೀತಾಫಲದ ಕಾಯಿ ಕೊಯ್ದು, ಹುಲ್ಲಡಿಗಿಟ್ಟು ಅದನ್ನು ಹಣ್ಣು ಮಾಡಿಸಿ, ಅದನ್ನವಳ ಮಕ್ಕಳಿಗೂ ಮುಟ್ಟಕೊಡದೇ ನನಗಾಗಿ ತಂದು ಕೊಟ್ಟದ್ದನ್ನು ಅಮ್ಮ ಹೆಮ್ಮೆಯಿಂದ ವರ್ಣಿಸುತ್ತಿದ್ದರೆ ನನ್ನ ಕಣ್ಣಂಚಾಗಲೇ ತೇವಗೊಳ್ಳುತ್ತಿತ್ತು...

ಅದಾದ ಮೇಲೆ ಪ್ರತೀಸಾರಿ ಊರಿಗೆ ಹೋಗುವಾಗಲೂ ಅವಳಿಗೆಂದು ಬಳೆಯೋ, ಬಿಂದಿಯೋ, ಸೀರೆಯೋ ಕೊಂಡೊಯ್ದು, ಅದನ್ನವಳ ಕೈಯಲ್ಲಿಟ್ಟು ಅವಳಾಡದೆ ದನಿಸುವ ನಗುವು ನನಗೆ ತೃಪ್ತಿಕೊಡುತ್ತಿತ್ತು... ಈಗ ಅವಳಿಗೂ ತುಂಬಾ ವಯಸ್ಸಾಗಿದೆ, ಬೆನ್ನು ಮೆಲ್ಲ ಬಾಗ್ತಿದೆ, ದೃಷ್ಟಿಯೂ ಮಂಜಾಗ್ತಿದೆ... ಮೊದಲಿನಂತೆ ನನ್ನನ್ನು ನೋಡಲು ನಮ್ಮನೆಗೆ ಬರಲಾಗ್ತಿಲ್ಲ ಅವಳಿಗೆ... ಅದಕ್ಕೆ ಊರಿಗೆ ಹೋದಾಗಲೊಮ್ಮೆ ಬಿಡುವಿದ್ದಾಗ ಅವಳಿಷ್ಟದ 'ಚಹ–ಕವಳ' ತೆಗೆದುಕೊಂಡು ಅವಳ ಮನೆಗೇ ಹೋಗುವ ಅಭ್ಯಾಸ ಬೆಳೆಸಿಕೊಂಡಿದ್ದೆ... ನಾನಲ್ಲಿ ಹೋದಾಗ ಅವರುಗಳು ಕೊಡುವ ಮರ್ಯಾದೆ, ಮಾಸ್ತಿಯ ಮಾಸದ ಪ್ರೀತಿ ನನ್ನನ್ನು ಮೂಕಳನ್ನಾಗಿ ಮಾಡುತ್ತದೆ... ಆದರೂ ಕೆಲಸದ ಒತ್ತಡದಲ್ಲಿ ಒಮ್ಮೊಮ್ಮೆ ಅವಳನ್ನು ಮಾತನಾಡಿಸದೇ ಹಿಂತಿರುಗಬೇಕಾದಾಗ ಮನಸ್ಸಿನ ಮೂಲೆಯಲ್ಲೆಲ್ಲೊ ಚುಚ್ಚಿದಂತಾಗುತ್ತಿತ್ತು. ಮುಗುದ ಮಾಸ್ತಿಗೆ ಮತ್ತವಳ ಪ್ರೀತಿಗೆ ಬಹುಶಃ ನನ್ನಿಂದ ಬೆಲೆ ಕಟ್ಟಲಾಗುವುದಿಲ್ಲ. ಈಗ ಅವಳಿಲ್ಲ, ಆದರೆ, ಮನೆವರೆಲ್ಲರ ಸಹಜ ಪ್ರೀತಿಯ ಜೊತೆ, ವಿಶಿಷ್ಟವಾದ ಅವಳ ಪ್ರೀತಿ, ನನ್ನಲ್ಲಿ ಸದಾ ಮಾಸದೆ ಇರುತ್ತದೆ ಎಂದಷ್ಟೆ ಹೇಳಬಲ್ಲೆ...

10

ಬೊಮ್ಮಿಮಾಸ್ತಿಯ ಗಾಳಿಮದ್ದು

ಅವನೊಬ್ಬ ಆರೂವರೆ–ಏಳಡಿ ಎತ್ತರದ ಕಟ್ಟುಮಸ್ತಾಗಿ ಕಾಣಿಸುವ ಆಳು, ವಯಸ್ಸಾದ್ದರಿಂದ ಜೋತುಬಿದ್ದ ದೇಹ, ಹೆಸರು ಬೊಮ್ಮಿಮಾಸ್ತಿ. 'ಹಾಲಕ್ಕಿ ಗೌಡ' ಎಂಬ ವಿಶಿಷ್ಟ ಸಮುದಾಯದವ. ಊರಲ್ಲಿರುವ ಎಮ್ಮೆ–ದನಗಳನ್ನು ಗೋರೆಗುಡ್ಡೆಯ ಹುಲ್ಲಿನ ಬಯಲಿಗೆ ಹೊಡೆದುಕೊಂಡು ಹೋಗಿ, ಸಂಜೆಯೊಳಗೆ ಊರಿಗೆ ಬರುವ ದನಗಾಹಿ. ಊರಿನ ಬ್ರಾಹ್ಮಣ ಹೆಂಗಸರು ಕೊಡುವ ಚಾಕಣ್ಣು, ದಪ್ಪ ದೋಸೆಯೇ ಬೆಳಗ್ಗಿನ ತಿಂಡಿ. ಸಂಜೆ ಬಂದು ಗಂಜಿ ಕುಡಿದು ಹೊರಟನೆಂದರೆ ಅದು ಜೂಜಿಗೆಂದೇ ಅರ್ಥ. ಅವನ ಜೂಜಿನ ಸಂಖ್ಯೆಯನ್ನು ನನ್ನ ತಂಗಿಯೇ ಹೇಳಬೇಕು, ಕಾರಣವಿಷ್ಟೇ ಅವಳು ತಮಾಷೆಗೆ ಹೇಳಿದ ಸಂಖ್ಯೆ ಅವನಿಗೆ ಕೆಲವು ಸಲ ಅದೃಷ್ಟ ತಂದಿಟ್ಟಿತ್ತು. ಜೂಜಲ್ಲಿ ಗೆದ್ದ ಪುಡಿಗಾಸಲ್ಲಿ ಒಂದು ಕೊಟ್ಟೆ ಸಾರಾಯಿ ಪ್ಯಾಕೆಟ್ ಜೊತೆ ಒಂದೆರಡು ಬಂಗಡೆ ಮೀನು ಹಿಡಿದು ಮನೆಗೆ ಬರುತ್ತಿದ್ದ. ಅವನು ಬರುವಾಗ ದಿನವೂ ಅಡ್ಡಗಟ್ಟುವ ನಾವು, 'ಹೊಳೆಬಾಳೆಕಾಯಿ (ಮೀನು) ತಂದೀನ್ರಾ, ಇದ್ನೆಲ್ಲಾ ಹೈಂಗ್ರು (ಹವ್ಯಕರು) ಕಾಂಬುಕಾಗ' ಎಂದು ಗೋಗರೆದರೂ ಅವನು ಮೀನು ತೋರಿಸುವವರೆಗೆ ಬಿಡುತ್ತಿರಲಿಲ್ಲ. ರೇಷನ್ ಅಕ್ಕಿಯ ಗಂಜಿಯ ಅನ್ನ ಜೊತೆಗೆ ಮೀನ್ ಸಾರು ತಿಂದು, ಕೊಟ್ಟೆ ಸಾರಾಯಿ ಕುಡಿದು ಮಲಗಿದರೆ ಬೆಳಗಿನ ತನಕ ನಿರ್ಜೀವ ಅವ.

ದೈತ್ಯದೇಹಿ, ಬ್ರಹ್ಮಚಾರಿ, ಚಿಕ್ಕಮಕ್ಕಳ ಗುಮ್ಮ, ದನ ಕಾಯುವವ, ಮೀನು ತೋರಿಸುವವ, ಜೂಜಾಡುವವ, ನಿರುಪದ್ರವಿ ಹೀಗೆ ಹತ್ತು ಹಲವು ಬಿರುದುಗಳನ್ನೊಳಗೊಂಡ ಬೊಮ್ಮಿಮಾಸ್ತಿಯಲ್ಲಿನ ಮತ್ತೊಂದು ಮುಖ ನಾಟಿವೈದ್ಯನ ಮುಖ ಪರಿಚಯವಾದ ಸಂದರ್ಭ ಮಾತ್ರ ಬಲು ವಿಚಿತ್ರವಾಗಿತ್ತು.

ಅದೊಂದು ದಿನ ಎಂದಿನಂತೆ ಬೆಳಿಗ್ಗೆ ನಸುಕಿನಲ್ಲೇ ಎದ್ದ ನಮ್ಮನೆಯ ಮಾಸ್ತಿಯ ಜೊತೆ ಅವರ ಮನೆ ಕೋಳಿಗೂ ಬೆಳಗಾಗಿತ್ತು. ಬಾಗಿಲು ತೊಳೆದು, ರಂಗೋಲಿಯಿಟ್ಟು ಕೊಟ್ಟಿಗೆಯಲ್ಲಿನ ಸರಸ್ವತಿಗೆ ಹುಲ್ಲುಹಾಕಿ ಮನೆಗೆ ಬಂದವಳೇ ಕುತ್ತಿಗೆ ನೋವು ಬೆನ್ನು ನೋವೆಂದು ಮಲಗಿದಳು. ವಯಸ್ಸಾದ ಕಾರಣಕ್ಕೆ ಬಂದ ಕಸುವಿನಿಂದೆಂದು ಕಷಾಯ ಕೊಟ್ಟರು, ಅಪ್ಪ ಕುಮಟೆಯಿಂದ ಔಷಧಿ ತಂದುಕೊಟ್ಟರು. ವಾರವೆರಡು ಕಳೆದರೂ ಬೆನ್ನುನೋವು ಕಡಿಮೆಯಾಗದಾಗ ನನ್ನಜ್ಜಿಗೇನೋ ಸಂಶಯ. ಅವಳ ಬದಲಿಗೆ ಕೆಲಸಕ್ಕೆ ಬಂದ ಅವಳ ಮಗಳು ತಿಮ್ಮಕ್ಕನನ್ನು 'ಅಲ್ವೇ ತಿಮ್ಮಕ್ಕಾ ಯಾವ್ ಔಷುಧಿಗೂ ನಿಮ್ಮವ್ವಿಗೆ ಕಡ್ಮೆ ಆಗ್ಲಿಲ್ಲಾಂದ್ರೇ ಗಾಳಿ–ಗೀಳಿ ಹೊಡದದ್ಯಾ ಹೇಳಿ' ಎಂದು ಅವಳ ತಲೆಗೂ ಹುಳಬಿಟ್ಟರು. ಮೊದಲೇ ಮೂಢನಂಬಿಕೆಯನ್ನು ಅತಿಯಾಗೆಂಬಂತೆ ನಂಬುವ ಜನ. ಮುಂಚೆ ಹಳ್ಳಿಯಲ್ಲಿ 'ಗಾಳಿದೆವ್ವ' ಅಂತ ಇರುತ್ತಿತ್ತಂತೆ (ಈಗಿಲ್ಲಾ ಅಂತ ಕಾಣಿಸುತ್ತೆ, ಬೇಜಾರಾಗಿ ಊರು ಬಿಟ್ಟಿರಬೇಕು), ಅದು ಗಾಳಿಯಲ್ಲೇ ಎದೆ–ಕುತ್ತಿಗೆ–ಬೆನ್ನು–ಮುಖಕ್ಕೆಲ್ಲಾ 'ಗಾಳಿಗುದ್ದು' ಕೊಟ್ಟು ಹೋಗುತ್ತಿತ್ತಂತೆ. ಅದರ ಬೆರಳು ಮೂಡುತ್ತಿದ್ದಷ್ಟು ಕಾಲ ಗಾಳಿ ಹೊಡೆಸಿಕೊಂಡವರು ಬದುಕುತ್ತಾರೆಂದು ಹಳ್ಳಿಗರ ನಂಬಿಕೆಯಾಗಿತ್ತು. ಇದರಂತೆ ನಮ್ಮ ಮಾಸ್ತಿಗೂ ಮೂರು ಬೆರಳು ಮೂಡಿತ್ತಂತೆ. ಅಂದರೆ ಅದರ ಪ್ರಕಾರ ಅವಳು ಬದುಕುವುದು ಮೂರೇ ತಿಂಗಳು ಎಂದರ್ಥ.

ಆಗ ನಾವಿನ್ನೂ ತುಂಬಾ ಚಿಕ್ಕವರು, ಇದೆಲ್ಲಾ ಮೂಢನಂಬಿಕೆಯೆಂದು ಅರ್ಥವಾಗದ ವಯಸ್ಸು. ಮಾಸ್ತಿಗಾದ ಅವಸ್ಥೆಗೆ ಒಳಗೊಳಗೆ ಮರುಗುತ್ತಾ ಸಂಕಟ ಪಡುತ್ತಿದ್ದೆವು. ಅಮ್ಮ ಕೊಟ್ಟು ಕಳುಹಿಸುತ್ತಿದ್ದ ಚಾಕಣ್ಣು–ದೋಸೆಯನ್ನು ಕೊಟ್ಟುಬರುವ ನೆಪಮಾಡಿ ಅವರ ಮನೆಯಲ್ಲೇ ಗಂಟೆಗಟ್ಟಲೇ ಕುಳಿತಿರುತ್ತಿದ್ದೆ. ಆವಾಗಲೇ ಒಂದು ದಿನ ಬೊಮ್ಮಿಮಾಸ್ತಿ ಅವರ ಮನೆಗೆ ಬಂದ, ಬರುತ್ತಲೇ ನನಗೆ ಮನೆಗೆ ಹೋಗೆಂದು ಹೆದರಿಸಿದ, ಸುತ್ತಲಿದ್ದ ಮಕ್ಕಳನ್ನೂ ಓಡಿಸಿದ. ಆದರೂ ನಾವೆಲ್ಲಾ ಮನೆಯ ಜಗುಲಿಯ ಹಿಂದಿನ ಕಟ್ಟೆಯ ಹಿಂದಡಗಿ ಅವನ ಮಾತನ್ನು ಕೇಳಿಸಿಕೊಳ್ಳುತ್ತಿದ್ದೆವು. 'ನೋಡೂ ಮಾಯ್ತಿ, ನೋಡಾ!ನಾ ಔಷುಂದಿ ತಕಬತ್ತೆ. ಆದ್ರೆ ಔಷುಂದಿ ತರುಕಾರೆ ಯಾವ್ ಹೆಂಗ್ಸ್ರು ನನ್ನ್ ಮಾತಾಡ್ಸುಕಾಗ, ಯಾವ್ ಬಳೆ–ಗೆಜ್ಜೆ ಸಬ್ದೂವ ಕೇಳುಕಾಗ' ಎಂದು ಮಾಸ್ತಿ ಮನೆಯವರಿಗೆ ಹೇಳುತ್ತಿದ್ದ. ನಮಗೆಲ್ಲಾ ಕೆಟ್ಟ ಕುತೂಹಲ, ಅವನ ಹಿಂಬಾಲಿಸಲು ಹೋಗಿ ಕುಪ್ಪಜ್ಜಿ ಕೈಯಲ್ಲಿ ಬೈಸಿಕೊಂಡು ವಾಪಸ್ಸಾದೆವು. ಮನೆಗೆ ಬಂದು ಅಜ್ಜಿಯ ಬಳಿ ಗಾಳಿದೆವ್ವದ ಔಷಧಿಯೆಲ್ಲಿ ಸಿಗುತ್ತದೆಂದು ಕೇಳಿದೆ. ಅದಕ್ಕವರು 'ಅದು ಎರಡ್ ಬೆಟ್ಟ ದಾಟಿದ್ಮೇಲೆ ಇಪ್ಪಾ ಕಾಡಲ್ಲಿ ಸಿಕ್ತು. ಅದ್ನಾ ಹುಟ್ಟಾ ಬ್ರಹ್ಮಚಾರಿಯಕ್ಕೋ ಮಾತ್ರ ತರವು. ನಮ್ಮೂರ ಸುತ್ತಮುತ್ತಾ ಅದು ಗುತ್ತಿಪ್ಪುದು ಬೊಮ್ಮಿಮಾಸ್ತಿಗಷ್ಟೇ'

ಎಂದರು. ಅದರ ನಿಜವಾದ ಅರ್ಥ ಆವಾಗ ಅರಿವಾಗದಿದ್ದರೂ, ಬೊಮ್ಮಿಮಾಸ್ತಿ ತರುವ ಔಷಧಿಯಿಂದ ನನ್ನ ಮಾಸ್ತಿಗೆ ಗುಣವಾಗುತ್ತದೆ ಎಂಬ ವಿಚಾರವೇ ಖುಷಿ ಕೊಟ್ಟಿತ್ತು.

ಶುಕ್ರವಾರದ ನಸುಕಿನಲ್ಲೇ ಎದ್ದು ಬೆಟ್ಟಕ್ಕೆ ಹೋದ ಬೊಮ್ಮಿಮಾಸ್ತಿ ಬರುವುದರೊಳಗೆ ನಮಗೆಲ್ಲಾ ಹತ್ತಿರ ಸುಸುಳದಂತೆ ಎಚ್ಚರಿಸಿಯಾಗಿತ್ತು. ಅವನು ಔಷಧಿ ತೆಗೆದುಕೊಂಡು ಬರುವ ದಾರಿಯಲ್ಲೆಲ್ಲಾ ಗೆಜ್ಜೆ–ಬಳೆಯ ಶಬ್ದಗಳೇನೂ ಕೇಳಬಾರದಂತೆ, ಯಾವ ಹೆಂಗಸರೂ ಅವನನ್ನು ಮಾತನಾಡಿಸಬಾರದಂತೆ ಹೀಗೆ ನಿಯಮಗಳು ಹತ್ತಲವಿದ್ದವು. ಆದರೂ ಕುತೂಹಲ ತಡೆಯದೇ ನನ್ನದೊಂದು ಕಪಿಸೈನ್ಯ ತೋಟದಲ್ಲಿನ ಬಿಂಬ್ಲುಮರದಲ್ಲಿ ಬೀಡು ಬಿಟ್ಟಿತ್ತು, ಬೆಳಗ್ಗಿನ ತಿಂಡಿಯನ್ನೂ ತಿನ್ನದೇ. ಕಾದು ಕಾದು ಸುಸ್ತಾಗಿ ಇನ್ನೇನು ಮರವಿಳಿದು ಮನೆಗೆ ಹೊರಡಬೇಕು ಬೊಮ್ಮಿಮಾಸ್ತಿ, ತೆಳ್ಳಗಿನ ಕಚ್ಚೆಪಂಚೆಯುಟ್ಟು, ತಲೆಗೊಂದು ಟವೆಲ್ ಸುತ್ತಿ, ಕೈಯಲ್ಲೊಂದು ಬಿಳಿವಸ್ತ್ರದ ತುಂಡು ಹಿಡಿದು. ಮುಂದಾಗುವ ಅದ್ಭುತವನ್ನು ಕಾಣಲಿಕ್ಕೆ ಉತ್ಸುಕರಾಗಿ ಕುಳಿತೆವು ನಾವಲ್ಲೇ.

ಬೊಮ್ಮಿಮಾಸ್ತಿ ಬಂದವನೇ ಮಾಸ್ತಿಯ ಮಗನಿಗೇನೋ ಸನ್ನೆ ಮಾಡಿದ. ಅವನು ತಂಬಿಗೆ ನೀರು ಜೊತೆಗೆ ಸೊಪ್ಪು ಅರೆಯುವ ಸಣ್ಣ ಕಲ್ಲು ತಂದಿಟ್ಟು ಬದಿಸರಿದ. ಮನೆಯೆಲ್ಲಾ ನಿಶ್ಶಬ್ದ, ಉಸಿರುಬಿಗಿ ಹಿಡಿದು ನಿಂತಂತಿದ್ದರೆಲ್ಲಾ. ಬೊಮ್ಮಿ ಮಾಸ್ತಿ ಸೊಪ್ಪನ್ನು ಅರೆದು ಬೆನ್ನಿಗೆಲ್ಲಾ ಹಚ್ಚಿದ, ನೀರನ್ನು ಕುಡಿಸಿದ, ಮರುಮಾತಾಡದೇ ಅಲ್ಲಿಂದ ತೆರಳಿದ. ಮತ್ತೇನೋ ಅದ್ಭುತವಾಗುವುದೆಂದು ಕುಳಿತಿದ್ದ ನಮಗೆ ನಿರಾಸೆಯಾಗಿತ್ತು. ಆದರೂ ಅದಾಗಿ ವಾರದೊಳಗೆ ಮಾಸ್ತಿಗೆ ಸಂಪೂರ್ಣ ಗುಣವಾಗಿದ್ದು ಮಾತ್ರ ನಂಬಲಸಾಧ್ಯವಾದ ವಿಷಯವಾಗಿತ್ತು. ಇವತ್ತಿಗೂ ಏನೂ ಹೇಗೆ ಎಂಬ ಪ್ರಶ್ನೆ ಹಾಗೇ ಉಳಿದಿದೆ. ಉತ್ತರ ಹೇಳಲು ಬೊಮ್ಮಿಮಾಸ್ತಿಯೂ ಇಲ್ಲ, ಮಾಸ್ತಿಯೂ ಇಲ್ಲ, ನನ್ನಜ್ಜಿಯೂ ಇಲ್ಲ. ಆದರೆ ನೆನಪು ಮಾತ್ರ ಹಾಗೇ ಹಸುರಾಗಿದೆ.

11

ಮಿಂಚಾಗಿ ಬಸ್ಸು ಬರಲು...

ನಾವಿದ್ದುದು ಕರಾವಳಿಯ ಕಡಲತೀರ ಕುಮಟೆಯಲ್ಲಿನ ಒಂದು ಸುಂದರವಾದ ಪುಟ್ಟಗ್ರಾಮದಲ್ಲಿ. ಹೊಳೆಗದ್ದೆ, ಗುಡಬಳ್ಳಿ, ಹರನೀರು, ತಲಗೋಡು ಒಂದಕ್ಕೊಂದು ಅಂಟಿಕೊಂಡಂತಿದ್ದ ಹಸಿರುಗ್ರಾಮ. ಎಲ್ಲಿ ನೋಡಿದರೂ ಮರಗಿಡ–ಸಣ್ಣಪುಟ್ಟ ಝರಿಗಳು, ಕಣ್ಣುಹಾಯಿಸಿದಷ್ಟೂ ದೂರ ಹಸಿರು, ಗುಡ್ಡದ ಮೇಲೆ ನಿಂತರೆ ಮೈತುಂಬಿ ನಿಂತ ಸಹ್ಯಾದ್ರಿ ಸಾಲುಗಳು. ಆ ಸಹ್ಯಾದ್ರಿಯ ಸಾಲುಗಳು ನನ್ನ ಕಣ್ಣಿಗೆ ಹರೆಯವೇ ಮೈದುಂಬಿಕೊಂಡು ನಿಂತ ಷೋಡಶಿಯಂತೆ ಕಾಣಿಸುತ್ತಿತ್ತು. ಏರುತಗ್ಗುಗಳಿದ್ದ ರಸ್ತೆ, ಕಿರಿದಾದ ಕೊರೆವ ದಾರಿಗಳು, ದಾರಿಗಂಟಿದಂತೆ ಮೈತಳೆದ ಗಿಡಮರಗಳ ಪೊದೆಸಾಲುಗಳು. ಮನೆಗೊಂದರಂತಿದ್ದ ಸೈಕಲ್, ಲೂನಾ, ಎಂ.ಎ.ಟಿ.ಗಳೇ ಸಾರಿಗೆ ಸೌಕರ್ಯವೆನಿಸಿದ್ದ ಕಾಲವದು. ಹಣ್ಣು–ಹಣ್ಣು ಮುದುಕನಾದರೂ, ಚೊಚ್ಚಲ ಬಸುರಿಯಾದರೂ, ಹಸೀ ಬಾಣಂತಿ–ಶಿಶುವಿಗಾದರೂ ಇದ್ದ ಏಕೈಕ ಸಾರಿಗೆಯೆಂದರೆ 'ಗೋಪನ ರಿಕ್ಷಾ'. ನಮ್ಮಮ್ಮ–ಚಿಕ್ಕಮ್ಮರೆಲ್ಲರೂ ಅದರಲ್ಲೇ ಹೆರಿಗೆನೋವು ತಿನ್ನುತ್ತಾ ಕುಮಟೆ ಆಸ್ಪತ್ರೆಗೆ ತೆರಳಿದವರು. ಅದನ್ನು ಬಿಟ್ಟರೆ ಪರ್ಯಾಯ ಸಾರಿಗೆ ವ್ಯವಸ್ಥೆಯನ್ನೇ ಕಾಣದ ಗ್ರಾಮಗಳವು...

ಹೀಗಿರುವ ಗ್ರಾಮಕ್ಕೆ 'ಬಸ್ಸು' ಬರುವುದಂತೆ ಎಂಬ ಸುದ್ದಿಯೇ ರೋಮಾಂಚಕಾರಿಯಾಗಿತ್ತು. ಹೊಂಡ–ತಗ್ಗುಗಳೆಲ್ಲಾ ಮುಚ್ಚುವಂತೆ ಡಾಂಬರಿನಲ್ಲಿ ಮೇಕಪ್ ಮಾಡಿಕೊಂಡ ರಸ್ತೆಯೂ, ತಿಂಗಳಲ್ಲಿ ಬಂದ ವರುಣನ ಆರ್ಭಟಕ್ಕೆ ಕೊಚ್ಚಿಹೋಗಿ ನಾಮಕಾವಾಸ್ತೆ ಮಾಡಲ್ಪಟ್ಟ ಕಳಪೆ ಕಾಮಗಾರಿಯ ಕಥೆಯ ಸಾರಿ ಹೇಳುತ್ತಿತ್ತು. ನಂತರ ಗ್ರಾಮದ ಬಿಸಿರಕ್ತದ ಯುವಕರ ಸಂಘದವರು ತಂದ ಒತ್ತಡದಿಂದ, ರಸ್ತೆ ಸ್ವಲ್ಪಮಟ್ಟಿಗೆ ದುರಸ್ತಿಗೊಂಡಿತು. ಆಗಿನ

ಗ್ರಾಮ ಪಂಚಾಯತ್ ಉಪಾಧ್ಯಕ್ಷರಾದ ಶ್ರೀಯುತ ಶ್ರೀಪಾದ ಶೆಟ್ಟಿಯವರ ಸಹಕಾರದಿಂದ, ಗ್ರಾಮದವರು ಕೊಟ್ಟ ಅರ್ಜಿಯನ್ನು ಸಾರಿಗೆ ಸಂಸ್ಥೆ ಗಣನೆಗೆ ತೆಗೆದುಕೊಂಡು ಬಸ್ಸು ಬಿಡುವ ನಿರ್ಧಾರ ಕೈಗೊಂಡಿತು.

ರಾಮನಿಗಾಗಿ ಶಬರಿ ಕಾದಂತೆ, ಬರುವ ಬಸ್ಸಿಗಾಗಿ ಕಾದು, ದಿನವೂ 'ಶಿರಿ ನಾಯ್ಕ'ನ ಅಂಗಡಿಯಲ್ಲಿ ವಿಚಾರಿಸಿ ಬೈಸಿಕೊಂಡಿದ್ದುಂಟು. ಇದರರ್ಥ ನಾವೆಂದೂ ಜೀವನದಲ್ಲೇ ಬಸ್ಸು ಕಾಣಲಿಲ್ಲವೆಂದಲ್ಲ. ಆದರೆ ನಮ್ಮೂರಿಗೆ ಬರುವ ಬಸ್ಸಿಗಾಗಿ ಆ ಆಸೆ-ಕುತೂಹಲ ಎಲ್ಲವೂ. ಕೊನೆಗೂ ಬಸ್ಸು ಬರುವ ದಿನ ನಿಕ್ಕಿಯಾಯ್ತು. ನಮ್ಮ ಆಸೆಗೆ ತಣ್ಣೀರೆರಚಬಾರದೆಂದು, ನಮ್ಮನ್ನೆಲ್ಲಾ ಅರ್ಧಘಂಟೆ ಮುಂಚಿತವಾಗಿಯೇ ಕಳುಹಿಸಿಕೊಟ್ಟರು ಶಾಲೆಯಿಂದ. ನಾನಂತೂ ನಮ್ಮನೆ ಕೆಲಸಕ್ಕೆ ಬರುತ್ತಿದ್ದ 'ಬೊಮ್ಮು ಗೌಡ'ನ ಬಳಿ ನನಗೊಂದು ಸೀಟ್ ಹಿಡಿಯಲು ಕೂಡ ಹೇಳಿಟ್ಟಿದ್ದೆ. ಬಸ್ಸಿನ ಹಾರನ್ ಕೇಳಿದೊಡನೆ ಮೈಯೆಲ್ಲಾ ಕಿವಿಯಾಗಿಸಿ ತುದಿಗಾಲಲ್ಲಿ ನಿಂತಿದ್ದೆವು. ನಮಗಿಂತಲೂ ಮೊದಲು ರಂಗೋಲಿ ಕೆಳಗೇ ನುಗ್ಗುವ ಬುದ್ಧಿಯಿರುವ ಉತ್ಸಾಹಿ ಯುವಕರಾಗಲೇ ಅರ್ಧ ಬಸ್ಸಿನ ತುಂಬ ಕುಳಿತಿದ್ದರು. ಕುಮಟೆಯ ಡಿಪೋವಿನಲ್ಲಿಯೇ ಹೊಂಚುಹಾಕಿ ಕಳ್ಳಬೆಕ್ಕಂತೆ ಹತ್ತಿದ್ದರಾ ಗೊತ್ತಿಲ್ಲ. ರಿಪೇರಿಗೆ ಬಿದ್ದ ಹಳೆಯ ಕೆಂಬಣ್ಣದ ಬಸ್ಸನ್ನು ಬಿಡುತ್ತಾರೆಂದು ಅಂದುಕೊಂಡಿದ್ದ ನಮಗೆ. ಬೆಂಗಳೂರಿಗೆ ಓಡಿಸಲ್ಪಡುತ್ತಿದ್ದ, ಹಳೆಯದಾದರೂ ಚೆಂದವಿದ್ದ ಬಸ್ಸು ಕಂಡು ಮನವರಳಿತ್ತು. ಸೇವಂತಿಹಾರ, ಮಲ್ಲಿಗೆ ಮಾಲೆ, ನಿಂಬೆಹಣ್ಣು-ಮಾವಿನೆಲೆಯ ತೋರಣಗಳಿಂದ ಕಂಗೊಳಿಸುತ್ತಿದ್ದ ಬಸ್ಸು ಸಿಂಗರಿಸಿಕೊಂಡ ಮುದಿ ಮುತ್ತೈದೆಯಂತೆ ಕಾಣುತ್ತಲಿತ್ತು. ಅಂತೂ ಬೊಮ್ಮುವಿನ ಸಹಾಯದಿಂದ ದೊರಕಿದ ಸೀಟಿನಲ್ಲಿ ರಾಣಿಯ ಹಾಗೇ ಕುಳಿತು ಪ್ರಯಾಣಿಸಿದ್ದೆ. ಸೀಟು ಸಿಕ್ಕಿದ್ದಕ್ಕೆ ಖುಷಿಯಿತ್ತಾ, ಬಸ್ಸು ಬಂದಿದ್ದಕ್ಕೆ ಹೆಮ್ಮೆಯಿತ್ತಾ ನೆನಪಿಲ್ಲ. ಆದರೆ ಜಂಭದಿಂದ ಒಂದೆರಡೂ ಸುತ್ತು ದಪ್ಪವಾಗಿದ್ದಂತೂ ನಿಜ...

ಅಮ್ಮ ಕೊಟ್ಟ ಕಾಸು ಖಾಲಿಯಾದರೂ ಬಸ್ಸಲ್ಲೇ ಕುಳಿತು ಮರುಪ್ರಯಾಣಿಸುತ್ತಿದ್ದ ನನಗೆ ಬೊಮ್ಮುವಿದ್ದಾನೆಂಬ ಧೈರ್ಯ. ಆದರೆ ಬೊಮ್ಮುವಲ್ಲೇ ಇಳಿದುಹೋಗಿ, ಟಿಕೆಟ್ ಕೊಳ್ಳಲು ಕಾಸಿಲ್ಲದೇ ಮುಖಬಾಡಿಸಿ ಕುಳಿತಾಗ, ಅದೆಲ್ಲಿಂದಲೋ ಬಂದ ಸಂತು ಅಣ್ಣ ಟಿಕೆಟ್ ಕೊಡಿಸಿ, ಕಂಡಕ್ಟರಿಂದ ಬೈಯುವುದನ್ನು ತಪ್ಪಿಸಿದ. ಹೀಗೆ ಒಂದು ವಾರಗಳ ಕಾಲ ಆಬಾಲವೃದ್ಧರಾಗಿ ಎಲ್ಲರೂ ಕಾರಣವಿಲ್ಲದೇ ಬಸ್ಸಲ್ಲಿ ಓಡಾಡತೊಡಗಿದರು. ಆದರೆ ಇದರ ಆಕರ್ಷಣೆ ಕೇವಲ ಕೆಲದಿನಗಳಷ್ಟೇ ಎಂದರಿಯದ ಸಾರಿಗೆಯವರು, ದಿನಕ್ಕೆರಡು ಬಸ್ಸು ಬಿಡುವ ವ್ಯವಸ್ಥೆ ಮಾಡಿದರು. ಸಮಯಕ್ಕೆ ಸರಿಯಾಗಿ ಬರತೊಡಗಿದ್ದ ಬಸ್ಸಿಗೆ ದಿನಕಳೆದಂತೆ ಜನ ಕಡಿಮೆಯಾಗತೊಡಗಿದರು. ಕೊನೆ-ಕೊನೆಗೆ ಬೆರಳೆಣಿಕೆಯಷ್ಟು ಜನರಿಗೆ, ಮನೆಮುಂದೆ ನಿಂತ ಚಿಣ್ಣಾರಿಗಳು ಮಾಡುವ

ಟಾಟಾಗಳಿಗಷ್ಟೇ ಸಾಕ್ಷಿಯಾಗಬೇಕಾದ ಪರಿಸ್ಥಿತಿ ಬರತೊಡಗಿತ್ತು. ಮೈಲುಗಟ್ಟಲೇ ಬರಿಗಾಲಲ್ಲಿ ನಡೆದು ಅಭ್ಯಾಸವಾಗಿದ್ದ ಶ್ರಮಜೀವಿ ಹಳ್ಳಿಗರಿಗೆ, ಈ ಸಾರಿಗೆ ವ್ಯವಸ್ಥೆ ಅಷ್ಟಾಗಿ ಹಿಡಿಸಲಿಲ್ಲ. ಬಸ್ಸು ಬರುತ್ತಿದ್ದರೂ, ಅದನ್ನು ಹಿಂದಿಕ್ಕುವಂತೆ ಬಿರುಸಾಗಿ ನಡೆಯುತ್ತಿದ್ದ ಮುದುಕರು, ಹೆಂಗಸರು ಸಾರಿಗೆಯವರಿಗೆ ಸವಾಲಾದರು. ಒಂದಿನಿತೂ ಲಾಭವಿಲ್ಲದೇ ನಡೆಸುವ ಸಾರಿಗೆ ವ್ಯವಸ್ಥೆ ಅವರಿಗೆ ಬೇಡವಾಗಿತ್ತು. ಕೊನೆಗೊಂದು ದಿನ ಬಸ್ಸು ಬರುವುದು ಸಂಪೂರ್ಣವಾಗಿ ನಿಂತಿತು.

ಬಸ್ಸು ಬರುವುದೋ ಬಿಡುವುದೋ ತಲೆಬಿಸಿಯಿರಲಿಲ್ಲ, ಅದರಿಂದಾದ ನಷ್ಟದ ಬಗ್ಗೆಯೂ ಯಾರಿಗೂ ಯೋಚನೆಯಿಲ್ಲ. ಆದರೆ ಇದರ ದೆಸೆಯಿಂದ ಡಾಂಬರು ರಸ್ತೆಯಂತೂ ಆಯ್ತು. ಇದರಿಂದ ಅನಾರೋಗ್ಯದ ಜನರಿಗೆ, ಬಸುರಿ ಬಾಣಂತಿಯರಿಗೆ ತಿರುಗುವ ಹಾದಿ ಸುಗಮವಾಯ್ತು. ಈಗಂತೂ ಮನೆಗೊಂದು ಕಾರಿದೆ, ಜನಕ್ಕೊಂದು ಮೋಟಾರು ಬೈಕಿದೆ. ಆದರೂ ನನ್ನಂತಹ ಅನೇಕರಿಗೆ ನಮ್ಮೂರಿಗೆ ಬಂದ ಮೊದಲ ಬಸ್ಸಿನ ಅನುಭವ ಮರೆಯಲಾಗಲಿಲ್ಲ.

12

ಕೊಂಕಣ ರೈಲೂ ಹಾಳೆಕೊಟ್ಟೆಯ ಬೆನ್ನೂ...

ಕೊಂಕಣ ರೈಲ್ವೆ ಬಂದ ಹೊಸತರಲ್ಲಿ ಅದರ ಸೀಟಿಯ ಶಬ್ದಕ್ಕೆ ಮೈಮನ ಕುಣಿದಾಡುತ್ತಿದ್ದ ದಿನಗಳವು. ಈ ಕೊಂಕಣ ರೈಲ್ವೆ ಬರಲು ಅದೆಷ್ಟು ಜನ ತಮ್ಮ ಹೊಲ-ಗದ್ದೆ-ತೋಟಗಳನ್ನು ತ್ಯಾಗ ಮಾಡಿದರು, ಭೂತಾಯಿ ಅದೆಷ್ಟು ಉಳಿಪೆಟ್ಟಿನ ನೋವ ಸಹಿಸಿದಳು, ವನದೇವಿ ತನ್ನ ಅದೆಷ್ಟು ಮಕ್ಕಳನ್ನು ಬಲಿಕೊಟ್ಟಳು ಎಂದು ಅರಿವು ಮೂಡಿರದ ವಯಸ್ಸಾಗಿತ್ತದು. ದಿನನಿತ್ಯವೂ ಕೊಂಕಣ ರೈಲ್ವೆಯನ್ನು ಕಂಡೊಡನೆ, ಅದರ ಶಬ್ದ ಕೇಳಿದೊಡನೆ ಹಿಡಿಶಾಪ ಹಾಕುವ ಹಿರಿಯರ ನಡುವೆ ಅದನ್ನು ಮುಗ್ಧವಾಗಿ-ಮುಕ್ತವಾಗಿ ಸ್ವಾಗತಿಸಿದ್ದು ಮಾತ್ರ ನಮ್ಮಂತಹ ಚಿಣ್ಣರು. ಹೀಗಿರುವಾಗ ಬೇಸಿಗೆರಜೆ ಶುರುವಾದರೂ ಆಡಲು ಬರುತ್ತಿರುವ ಮಕ್ಕಳ ಸಂಖ್ಯೆ ಮಾತ್ರ ನಿತ್ಯ ಕಡಿಮೆಯಾಗುತ್ತಲೇ ಇತ್ತು. ಇದರ ಹಿನ್ನೆಲೆಯನ್ನೆಲ್ಲಾ ಅರಿಯದಿದ್ದ ನಾನು ನಮ್ಮೊಡನೆ ಆಡಲು ಬರುತ್ತಿದ್ದ ಕುಪ್ಪುವನ್ನು ಹಿಡಿದು 'ಎಂತದಾ? ಆಡುಕೆ ಬರುದಿಲ್ಲಾಲ ಈಗ, ಎಂತಾ ಮೀನ್ ಹಿಡುಕ್ ಗಜ್ನಿಗ್ ಹೋಗ್ತ್ರಾನಾ?' ಕೇಳಿದ್ದಕ್ಕೆ, ಅವ 'ಇಲ್ವೇ ದೊಡ್ತಂಗಿ, ನಾಮೆಲ್ಲಾ ದಿನಾ ರೇಲ್ ನೋಡುಕ್ ಹೋಗ್ತ್ರು. ದಿನಾ 12 ಘಂಟೆಗ್ ಬತ್ತಿದು, ನಾಮ್ ಟಾಟಾ ಮಾಡ್ತ್ರು, ಅವ್ರೂ ಟಾಟಾ ಮಾಡ್ತ್ರು. ಬರ್ಬೇಕಾರೆ ಮಾಯ್ನಣ್ಣೆಲಾ ತಿಂದ್ಕ ಬತ್ರು, ಭೋಲೋ ಆತಿದು' ಎಂದಾಗ ನನಗೆ ಸಿಕ್ಕಾಪಟ್ಟೆ ಆಸೆಯಾಗಿ ನಾನೂ ಬರುವೆನೆಂದು ಹಠಹಿಡಿದೆ. ಅವರಿಗೆ ನಮ್ಮಮ್ಮ-ಅಜ್ಜಿಯ ಭಯವಿದ್ದರೂ ನಾನು ಧೈರ್ಯ ಹೇಳಿ ಹ್ಞೂಂಗುಡಿಸಿದ್ದೆ.

ಮರುದಿನ ನಮ್ಮಮ್ಮ ಅಜ್ಜಿಯ ಕಣ್ತಪ್ಪಿಸಿ ನಾನು ನನ್ನ ಎರಡೂವರೆ ವರುಷದ ತಂಗಿಯೊಡನೆ ಮನೆಯಿಂದ ಹೊರಬಿದ್ದೆ. ನಮ್ಮ ತೋಟದ ತುದಿಗೆ ಬರುವಷ್ಟರಲ್ಲಿ ಕುಪ್ಪು, ಶಂಕ್ರ, ತಿಮ್ಮಕ್ಕ, ಸೋಮ, ನಾಗು, ವಿಜಯ,

ಲಲಿತ ನಮಗೋಸ್ಕರ ಕಾದಿದ್ದರು. ನನ್ನ ಪುಟ್ಟ ತಂಗಿಯು ನಡೆದು ಸುಸ್ತಾಗಿ ಹಠ ಮಾಡಬಾರದೆಂದು ಕುಪ್ಪು, ಸೋಮ, ವಿಜಯ, ತಿಮ್ಮಕ್ಕ ಸರತಿಯಂತೆ ಅವಳನ್ನು ಕಂಕುಳಲ್ಲಿ, ಹೆಗಲಲ್ಲಿ ಹೊತ್ತುಕೊಂಡು ನಡೆದರು. ಉಳಿದವರೆಲ್ಲಾ ಗದ್ದೆಯಂಚಲ್ಲಾಗುವ ಕುಸುಮಾಲೆ ಹಣ್ಣು, ಬಿಂಬ್ಲಕಾಯಿ, ರಾಜನೆಲ್ಲಿಕಾಯಿ, ಜಂಬೆಹಣ್ಣನ್ನು ಮೆಲ್ಲುತ್ತಾ, ನಡುನಡುವೆ ವಿಶ್ರಮಿಸುತ್ತಾ ಊರಂಚಿಗೆ ತಲುಪಿದೆವು. ಅಲ್ಲೇ ಇದ್ದ ಸಣ್ಣ ಕೆರೆಯಲ್ಲಿ ಕೈಕಾಲು–ಮುಖ ತೊಳೆದು, ಕೆಸರಲ್ಲಿ ಅರಳಿದ ಕಮಲವ ಹರಸಾಹಸಪಟ್ಟರೂ ಕೊಯ್ಯಲಾಗದೇ ಬಿಟ್ಟು, ಅಲ್ಲಿಂದ ತೆರಳಿ ಕೊಂಕಣ ರೈಲ್ವೆಯ ಬುಡದಲ್ಲಿದ್ದ ಗದ್ದೆಯಲ್ಲಿ ಸಾಲಾಗಿ ಮಂಗಗಳ ಗುಂಪಂತೆ ಕುಳಿತೆವು ರೈಲು ಬರುವುದನ್ನೇ ಕಾಯುತ್ತಾ.

ರೈಲ್ವೆಯ ಚುಕುಬುಕು ಶಬ್ದ ಕೇಳಿದೊಡನೆ ಕಿವಿನೆಟ್ಟಗಾಗಿ ಕುಳಿತಿದ್ದವೆಲ್ಲಾ ಆವೇಶ ಬಂದವರಂತೆ ಜಿಗಿದೆದ್ದೆವು. ಅದಾಗಿ ಅರ್ಧಘಂಟೆಯಾದರೂ ರೈಲು ಬರದಿದ್ದುದ ಕಂಡು ನಿರಾಸೆಯಿಂದ ಚಡಪಡಿಸತೊಡಗಿ, 'ಏಯ್ ಕುಪ್ಪು ಎಲ್ಲದ್ಯಾ? ಬರ್ಲೇ ಇಲ್ವಲಾ ಇನ್ನುವಾ?' ಎಂದೆ. ಅದಕ್ಕವ 'ತಡ್ಯೆ ದೊಡ್ತಂಗಿ, ಎಲ್ಲೋ ಆಸ್ರಿ ಕುಡುಕೆ ನಿಲ್ಸಿರನಾ' ಎಂದ ಸರ್ವಜ್ಞನಂತೆ. ಕಂಡಕಂಡಲ್ಲಿ ಊಟ–ತಿಂಡಿಗೆ ನಿಲ್ಲಿಸಲು ಅದೇನು ಸಾರಿಗೆ ಬಸ್ಸಾ? ಎಂಬ ಪ್ರಶ್ನೆ ಕೂಡ ನಮ್ಮಲ್ಲಿ ಉದಯಿಸದಷ್ಟು ಮುಗ್ಧರಾಗಿದ್ದೆವು. ಕೊನೆಗೆ ಚುಕುಬುಕು ಶಬ್ದ ಜೋರಾಗಿ ಕೇಳಿಸತೊಡಗಿ, ದೂರದಲ್ಲಿ ರೈಲಿನ ಮೂತಿಯೂ ಕಂಡೊಡನೆ 'ಹೋ' ಎಂದು ಕುಣಿದಾಡಿದ್ದೆವು.

ರೈಲಿನಲ್ಲಿ ಕುಳಿತಿದ್ದ ಜನ ಸಮೀಪವೆನಿಸಿದಾಗ ಕೈಬೀಸಿ ಟಾಟಾ ಮಾಡಿದಾಗ, ಕೆಲವರು ತಿರುಗಿ ಟಾಟಾ ಮಾಡಿದಾಗ ನಮಗಾಗಿದ್ದ ಆನಂದ ಹೇಳಲಾಗದ್ದು. ರೈಲ್ವೆಯಲ್ಲಿ ಪ್ರಯಾಣ ಮಾಡುವವರೆಲ್ಲಾ ಇಂಗ್ಲೀಷಲ್ಲಿ ಪರಿಣತರು ಎಂಬ ಸಿನಿಮೀಯ ಮೋಡಿಗೊಳಗಾಗಿದ್ದ ಕಾಲವದು. ಅದಕ್ಕೆ ಅಪ್ಪ ಆಗಷ್ಟೇ ಕಲಿಸತೊಡಗಿದ್ದ ಒಂದೆರಡು ಇಂಗ್ಲೀಷ್ ಶಬ್ದಗಳು 'Hi, Hello, How do you do?' ಎಂದು ಹಾರಬಿಟ್ಟೆ. ಅದಕ್ಕೆ ಪ್ರತ್ಯುತ್ತರ ಬರದಾಗ ಪಿಚ್ಚೆನಿಸಿದ್ದರೂ, ಉಳಿದ ಮಕ್ಕಳ ಮುಂದೆ ಪಂಡಿತಳಂತೆ ಬೀಗಿದ್ದೆ. ಹೀಗೇ ರೈಲು ಮರೆಯಾಗುವವರೆಗೆ ನಿಂತ ನಮಗೆ ಮಧ್ಯಾಹ್ನ ಊಟದ ಸಮಯ ಮೀರಿದ್ದೂ ಗೊತ್ತಿರಲಿಲ್ಲ, ಮನೆಯ ನೆನಪೂ ಆಗಲಿಲ್ಲ.

ಮೀನು ಗಜ್ನಿಯ ವಾಸನೆಗೆ 'ಛೀ' ಎಂದು ಮೂಗುಮುಚ್ಚಿಕೊಂಡು ದಾಟಿ, ಪಕ್ಕದ ಝರಿಯ ತಣ್ಣೀರಲ್ಲಿ ಆಟವಾಡಿ ಹೊರಟೆವು. ತೋಟದಂಚಿನ ಗದ್ದೆಗೆ ಬಿದ್ದ ಮಾವಿನಹಣ್ಣನ್ನೆಲ್ಲಾ ಫ್ರಾಕಿನಲ್ಲಿ ತುಂಬಿಕೊಂಡು ಮುಂದುವರೆದೆವು. ಮಾವಿನಹಣ್ಣಿನ ಹಪ್ಪಳದ ಆಸೆಗೆ ದಾಕ್ಷಾಣಜ್ಜಿಯ ಮನೆ ತೋಟದ ಮಾವಿನ ಹಣ್ಣನ್ನು ಕೊಯ್ಯಲು ಕುಪ್ಪು ಮರ ಹತ್ತಿದ್ದನಷ್ಟೇ, ಅದೆಲ್ಲಿದ್ದರೋ ಅಜ್ಜಿ

ಕೋಲುಹಿಡಿದು ಬಂದೇ ಬಿಟ್ಟರು. ಅವರದ್ದೇ ಮರದ ಮಾವಿನಹಣ್ಣನ್ನು ನಾವು ತುಂಬಿಕೊಂಡಿದ್ದೆಂದು ತಪ್ಪು ತಿಳಿದು ಬೈಯತೊಡಗಿದಾಗ, ಅಲ್ಲಿಂದ ಕಾಲ್ಕಿತ್ತೆವು.

ಓಡಿ ಓಡಿ ಸುಸ್ತಾಗಿ ಬೊಮ್ಮಿಮಾಸ್ತಿಯ ಗದ್ದೆಯಂಚಲಿ ಕೂತು ಉಸಿರುಬಿಟ್ಟಾಗ ಮೊದಲಬಾರಿಗೆ ಹಸಿವಾದದ್ದು ಗಮನಕ್ಕೆ ಬಂತು. ಎಲ್ಲರೂ ಅವರವರ ಬಳಿಯಿದ್ದ ಮಾವಿನಹಣ್ಣನ್ನು ತಿನ್ನತೊಡಗಿದಾಗ, ನಾನೂ–ತಂಗಿಯೂ ಅದನ್ನೇ ಅನುಸರಿಸಿದೆವು. 'ತೊಳೆಯದೇ ಹಣ್ಣು ತಿನ್ನಬಾರದು'ಎಂದು ಅಮ್ಮ ಕಲಿಸಿದ ಪಾಠವೆಲ್ಲಾ ಕಾಣದಂತೆ ಅಡಗಿ ಕುಳಿತಿತ್ತು. ಅಂತೂ ನಮ್ಮ ತೋಟದವರೆಗೆ ನಮ್ಮನ್ನು ಬೀಳ್ಕೊಟ್ಟ ಸೈನ್ಯ, ಮನೆಯಲ್ಲಿ ಬೈದರೆ ತಮ್ಮ ಹೆಸರು ಹೇಳಬಾರದೆಂದು ತಾಕೀತು ಮಾಡಿ ತೆರಳಿತು. ತೋಟದಲ್ಲಿ ನಡೆಯುವಾಗ ಅಷ್ಟು ಹೊತ್ತು ನೆನಪಾಗದ ಅಮ್ಮ ನೆನಪಾದಳು, ಶೆಳೆ (ಸಪೂರ ದಾಸವಾಳದ ಕೋಲು) ಕಾದಿರುವುದಂತೂ ಖಚಿತವೆಂದು ಅದರಿಂದ ತಪ್ಪಿಸಿಕೊಳ್ಳುವ ಉಪಾಯ ಮಾಡುತ್ತಾ ಮನೆಯೆಡೆಗೆ ಹೆಜ್ಜೆ ಹಾಕಿದೆವು.

ತಂಗಿಯ ಕೈಹಿಡಿದು ತೆಂಗಿನಮರದ ಸುಂಕವನ್ನು ದಾಟುವಾಗಲೇ ಪಕ್ಕದ್ಮನೆ ಸಾವಿತ್ರಕ್ಕ ಓಡಿಬಂದರು. 'ಎಲ್ ಹೋಗಿದ್ರೆ ಕೂಸ್ಗಳೆ? ಆಯಿಗಾರೂ ಹೇಳಿಕ್ ಹೋಗುಕಾಗ್ಲಿಲ್ವಾ? ಊರೆಲ್ಲ ಹುಡ್ಕರೆ, ಕಡೆಗೆ ಬೊಮ್ಮು ಹೇಳದ್ನಂತೆ ನಿಮ್ನೆಲಾ ಗದ್ದೆ ಬದೀಲ್ ಕಂಡೆ ಹೇಳಿ. ಈಗ್ ನೋಡು ಶೆಳೆ ಹಿಡ್ಕಂಡ್ ಕುಂತರೆ, ಬೆನ್ನಿಗೆ ಹಾಳೆಕೊಟ್ಟೆ ಕಟ್ಕ ಹೋಗಿ' ಎಂದಾಗ, ಹೊಟ್ಟೆಯಿಂದ ಛಳಿ ಕಿತ್ತುಕೊಂಡು ಬಂದು ತತ್ತರಿಸತೊಡಗಿದೆವು. (ವಿ.ಸೂ.: ಬೆನ್ನಿಗೆ ಪೆಟ್ಟು ಬೀಳಬಾರದೆಂದು ಚಿಕ್ಕಮಕ್ಕಳಿಗೆ ಹೇಳುವ ಉಪಮೆಯೇ ಬೆನ್ನಿಗೆ ಹಾಳೆಕೊಟ್ಟೆ ಕಟ್ಟುವುದು).

ಶಬ್ದವಾಗದಂತೆ ಬಚ್ಚಲಲ್ಲಿ ಕಾಲ್ತೊಳೆದು, ತಂಗಿಯದ್ದೂ ಕಾಲ್ತೊಳೆಸಿ, ಮನೆಯೊಳಗೆ ಕಾಲಿಟ್ಟೆವು ಮೆಲ್ಲ. ಪುಟ್ಟತಂಗಿಗೆ ಪೆಟ್ಟುಬಿಳುವುದು ಕಡಿಮೆಯೆಂದು ಅವಳನ್ನೇ ಮುಂದೆ ಅಸ್ತ್ರದಂತೆ ನಡೆಸಿಕೊಂಡು ಹೆಜ್ಜೆಯೆರಡಿಟ್ಟಿದ್ದೆ. ಇದನ್ನೆಲ್ಲಾ ಮೊದಲೇ ಗ್ರಹಿಸಿದ್ದ ಅಮ್ಮನಂತೂ ಸಪೂರ ಶೆಳೆ ಹಿಡಿದು ಬಾಗಿಲ ಸಂದಿಯಲ್ಲಿ ಕಳ್ಳಬೆಕ್ಕಂತೆ ಹೊಂಚುಹಾಕುತ್ತಿದ್ದಳು. ಕೋಲು ಕಂಡೇ ಹೆದರಿ ತಂಗಿ ಬೊಬ್ಬೆ ಹಾಕತೊಡಗಿದಾಗ, ಕೋಲು ತಿರುಗಿದ್ದು ನನ್ನೆಡೆಗೆ. ಚುಬುಕು ಚುಬುಕೆಂದು ಎರಡೇಟು ಬಿದ್ದರೂ ತಪ್ಪಿಸಿಕೊಂಡು, ಅಜ್ಜಿಯ ಬೆನ್ನ ಹಿಂದೆ ಅಡಗಿಕೊಂಡು ಅಳತೊಡಗಿದ್ದೆ, ಅಜ್ಜಿ ಅಮ್ಮನಿಗೆ ಬೈಯತೊಡಗಿದರು. ಅದಕ್ಕಮ್ಮ ಕೋಪಮಿಶ್ರಿತ ದುಃಖದಲ್ಲಿ 'ಅಮ್ಮಾ ನೀವ್ ಮುದ್ದ್ ಮಾಡೇ ಹಾಳಾದ ಇವ್ಳು. ಹೋಗಕಾರೆ ಒಂದ್ ಮಾತ್ ಹೇಳಿಕ್ ಹೋಜಿಲ್ಲೆ ಈ ಕೂಸು. ಸಂತಿಗ್ ಈ ಪಿಳ್ಳೆನ ಬೇರೆ ಕರ್ಕಂಡ್ ಹೋಜು. ಹೋದ್ ಜಾಗ ಬೇರೆ ಸರಿಯಿಲ್ಲೆ, ಬಿಸಿಲು–ನೀರಿಪ್ಪು ಜಾಗ, ಎಂತಾರು ಆಗಿದ್ರೆ' ಕೇಳುತ್ತಾ ಕಣ್ತುಂಬಿಕೊಂಡಾಗ ನನಗೆ ಬೇಸರವಾಯ್ತು.

ಅಮ್ಮನ ಸಂಕಟವನ್ನರಿತ ಅಜ್ಜಿ ನಮಗೇ ನಾಜೂಕಾಗಿ ಬುದ್ಧಿ ಹೇಳಿ ಅಲ್ಲಿ ಬಿಸಿಲುಗುಮ್ಮ ಇರುವನೆಂದು, ಚೆಂದದ ಮಕ್ಕಳ ಕದ್ಕೊಂಡ್ ಹೋಗ್ತಾನೆಂದು ಹೆದರಿಸಿದಾಗ ಮತ್ತೆ ಕೊಂಕಣ ರೈಲ್ವೆ ನೋಡಲು ಹೋಗಲಿಲ್ಲವಾದರೂ, ಆ ಮಧುರ ನೆನಪು ಮನಸ್ಸಿಂದ ಇಂದಿಗೂ ಮರೆಯಾಗಿಲ್ಲ.

13

ಪಾರಿಜಾತದ ಬಿಕ್ಕು

ಪ್ರಚಂಡ ಸೂರ್ಯನಿಗೂ, ಮೈಕೊಟ್ಟು ಸುರಿವಂತ
ಬೆಳದಿಂಗಳಿನ ನವಿರು ಸ್ಪರ್ಶಕ್ಕೆ ಮುಖಕೊಟ್ಟು
ಹಕ್ಕಿಗಳ ರಂಗೋಲೆ ಹೊದ್ದ ನೀಲಿಯ ವಿಸ್ತಾರದೆದುರಿಗೂ
ಮುಗಿಯದ ಹಗಲು ರಾತ್ರಿಗಳ ಆವರ್ತದಲ್ಲಿ
ಅಪ್ಸರೆಯರ ಜುಮ್ಮುಗುಡುವ ಹಳೇ ಕನಸಿನಲ್ಲಿಯೂ, ಈಗ
ಎದುರಾದ ಮನುಷ್ಯಲೊಕದ ವೈವಿಧ್ಯಮಯ ಗದ್ದಲದ ನಡುವೆಯೂ
ಎದುರು ನಿಂತಿದೆ ಇಲ್ಲಿ ತ್ರಿಭಂಗಿ ನಿಲ್ಲುವಲ್ಲಿ ಧ್ಯಾನಸ್ಥ
ಆಕಾಸಕ್ಕೆ ಲಗ್ಗೆಯಿಟ್ಟಂತ ಪಾರಿಜಾತ

–ಶ್ರೀಯುತ ಸುಬ್ರಾಯ ಚೊಕ್ಕಾಡಿ

ನಾವು ಸಣ್ಣವರಿದ್ದಾಗ ಕಥೆ ಕೇಳಿಸಿಕೊಳ್ಳದೇ ಮಲಗಿದ ದಿನವೇ ಇರಲಿಲ್ಲ. ತಮ್ಮದೇ ಶೈಲಿಯಲ್ಲಿ, ಆಡುಭಾಷೆಯಲ್ಲಿ ಕಥೆಯನ್ನು ಕಣ್ಮುಂದೆ ತಂದಿರಿಸುವ ಕಲೆ ಅಜ್ಜಿಗೂ–ಅಪ್ಪನಿಗೂ ಕರಗತವಾಗಿತ್ತು. ಕೃಷ್ಣ–ರಾಧೆ, ನವಿಲುಗರಿ, ಪಾರಿಜಾತದ ಬಗ್ಗೆ ವಿಶೇಷ ಒಲವು ಬರಲು ಅವರು ಹೇಳಿದ ಕಥೆಗಳೇ ಮೂಲ ಕಾರಣ. ಯಾವುದೇ ಮನೆಯಲ್ಲಿ ಬೇಡಿ ತಂದು ಅಂಗಳದ ತುದಿಗೆ ಪಾರಿಜಾತದ ಗಿಡ ನೆಟ್ಟವಳು ಅಜ್ಜಿ, ಅದಕ್ಕೆ ನೀರೆರೆದು ಬೆಳೆಸಿದವಳು ನನ್ನಮ್ಮ. ಇಬ್ಬರೂ ಅವರಿಗರಿವಿಲ್ಲದೆಯೇ ಪಾರಿಜಾತದ ಪ್ರೇಮವನ್ನು, ನವಿರಾದ ಕಂಪನ್ನೂ ನನ್ನೊಳಗೆ ಟಿಸಿಲೊಡಿಸಿ ಹೆಮ್ಮರವಾಗಿಸಿದರು.

ಷೋಡಶತನದ ಮುಗುದತೆಯ ದಾಟಿ ಹದಿಹರೆಯದ ನಸುನಾಚಿಕೆ ಮೈಮನ ಆವರಿಸುವುದರೊಳಗೆ, ಮನೆಯೆದುರಿನ ಪುಟ್ಟ ಪಾರಿಜಾತವು

ಮೈಬೆಳೆಸಿ ನಿಂತಿತ್ತು. ಕೆಂಗುಲಾಬಿ ಕೆನ್ನೆ ಹೊತ್ತು ಕನ್ನೆಗೂಸು ಷೋಡಶಿಯಾಗುವ ಸಮಯಕ್ಕೆ ಸರಿಯಾಗಿ, ಮನೆಯಂಗಳದ ಪಾರಿಜಾತವೂ ಮೈನೆರೆಯುವ ಹೊಸ್ತಿಲಲ್ಲಿದ್ದಂತಿತ್ತು. ದಿನಬೆಳಗಾದರೆ ಪಾರಿಜಾತ ಹೂ ಬೀಳಿಸಿದೆಯಾ ಎಂದು ನೋಡುವುದೇ ಒಂದು ದಿನಚರಿಯಾಗಿ, ಇದು ಮನೆಯವರಿಗೆಲ್ಲಾ ತಮಾಷೆಯ ವಸ್ತುವಾಗಿಬಿಟ್ಟಿತ್ತು. ಹೈಸ್ಕೂಲ್ ಮುಗಿಸಿ ಬಂದ ಮೇಲೂ ಪಾರಿಜಾತದ ಮರದ ಕೆಳಗೆ ಕುಳಿತು, ಅದರೊಡನೆ ಮೌನ ಸಂಭಾಷಣೆ ನಡೆಸುತ್ತಿದ್ದೆ. ಇಂದ್ರನ ನಂದನವನದಲ್ಲಿ ಅಮೃತವನ್ನುಂಡು ಬೆಳೆಯಬೇಕಾದ ದೇವಪುಷ್ಪವಿಂದು ನಮ್ಮ ಮನೆಯಂಗಳದಿ ಬೇಳೆ-ತರಕಾರಿ ತೊಳೆದ ನೀರನ್ನು ಕುಡಿದು, ಬದುಕು ಸವೆಸುವಂತಾಯ್ತಲ್ಲ ಎಂಬ ಭಾವನೆಯೇ ನನ್ನನ್ನು ಸದಾ ಕಾಡುತಿತ್ತು. ಅವಳಿಗೂ ಶತಮಾನಗಳ ಮುಪ್ಪು ಮರುಕಳಿಸಿದಂತಾಗಿ, ಅಸಾಧ್ಯ ಚಡಪಡಿಕೆಯಿಂದ ತೂಗುತ್ತಿದ್ದಳು. ನಾನು ಅವಳಿಗೆ ಸಾಂತ್ವನ ಹೇಳಲು ಮೆಲ್ಲನೆ ನೇವರಿಸುತ್ತಿದ್ದರೆ, ಅವಳ ದೊರಗಾದ ಮೈ ಚರ್ಮ ಅವಳ ಗತಕಾಲದ ದುಃಖಕ್ಕೆ ಮರಗಟ್ಟಿದೆಯೆನೋ ಎಂಬಂತೆ ಭಾಸವಾಗಿ ಕಣ್ತುಂಬುತ್ತಿತ್ತು. ಕೈಯಲ್ಲಿ ಪುಸ್ತಕ ಹಿಡಿದು ಕುಳಿತಿರುತ್ತಿದ್ದುದಕ್ಕೆ ಮಗಳು ಓದುತ್ತಿದ್ದಾಳೆ ಎಂದೇ ಹೆತ್ತವರು ಭಾವಿಸಿದ್ದರು, ಮುಗುದ ಮನಸಿನ ಈ ಅಸ್ಪಷ್ಟ ತೊಳಲಾಟಗಳಾವುದೂ ಅವರನ್ನು ತಾಕಲೇ ಇಲ್ಲ.

ಅದೊಂದು ದಿನ ಯಾವುದೋ ಧಾವಂತದಲ್ಲಿದ್ದಾಗಲೇ ಅಜ್ಜಿಯ ಕೂಗು ಪಕ್ಕದ ಹರನೀರಿಗೂ ಕೇಳುವ ಹಾಗೆ 'ಶುಭಾ, ಮಗಾ ಹೂಂಗು ಬಿಜ್ಜು ನೋಡೇ' ಎಂದು ಸ್ನಾನ ಮಾಡಿ ದೇವರ ಕೋಣೆಯಲ್ಲಿ ಊದುಬತ್ತಿ ಕಡ್ಡಿಗೆ ದೀಪ ತಾಗಿಸಿದವಳು ಬಿದ್ದೆದ್ದು ಓಡಿ ಬಂದೆ. ಪಾರಿಜಾತದ ಮರದ ಕೆಳಗೆ ಬೊಗಸೆ ತುಂಬುವಷ್ಟು ಹೂವು ಬೋರಲಾಗಿ ಬಿದ್ದಿತ್ತು. ಯಾರೂ ಅದನ್ನು ಮುಟ್ಟಲೇಬಾರದೆಂಬ ಮಾತನ್ನು ಯಾರೂ ಕಿವಿಯ ಮೇಲೆ ಹಾಕಿಸಿಕೊಳ್ಳದೇ ಬೆಳಗಿನ ಕೆಲಸದ ಧಾವಂತದಲ್ಲಿದ್ದರು. ಹೂವು ಮೂಸಿದರೆ ಮೂಗಲ್ಲಿ ಹುಳು ಸೇರಿ ಮೂಗು ಕುಯ್ಯಬೇಕಾಗುತ್ತದೆ ಎಂಬ ಮಾತು ನೆನಪಿಗೆ ಬಾರದಂತೆ ಒಂದು ಹೂವನ್ನು ಎತ್ತಿ ಆಘ್ರಾಣಿಸಿದೆ. ತಾಯಿ ಮಗುವಿನ ನೆತ್ತಿ ಮೂಸಿದಂತೆ, ಪ್ರಿಯತಮೆಯ ಕೊರಳ ಮೂಸಿದಂತೆ, ಇನ್ನು ಏನೇನೋ ಉಪಮೆ ಅಲಂಕಾರಗಳು ಮನದೊಳಗೆ ಹಾದು ಬಂದವು. ಬೊಗಸೆಯಲ್ಲಿಟ್ಟುಕೊಂಡು ನೇವರಿಸಿದೆ, ಬಿಳಿ ಮೊಲದ ಮರಿಯ ನುಣುಪಂತೆ ಭಾಸವಾಯ್ತು. ಅದನ್ನೇ ತದೇಕಚಿತ್ತದಿಂದ ದಿಟ್ಟಿಸಿದೆ, ಕೃಷ್ಣನೊತ್ತಿದ ಕೆಂದುಟಿಯ ರಂಗನ್ನು ಮೈಗೇರಿಸಿಕೊಂಡಂತೆ, ತುಸು ನಾಚಿದಂತೆ ಕಂಡಳು. ಸುರಗಿಯಂತೇ ಪೋಣಿಸಿ ಮುಡಿದುಬಿಡು ಕೂಸೇ, ಕಳ್ಳ ಕೊರಮ ಕೃಷ್ಣನ ಮುಡಿಗೇರಿಸಬೇಡ ಎಂದಂತಾಯ್ತು. ನಸುನಕ್ಕು ಬಿದ್ದ ಎಲ್ಲಾ ಪಾರಿಜಾತವನ್ನು ಎತ್ತಿಕೊಂಡು

ತೊಳೆದು ಕೃಷ್ಣನಿಗೇರಿಸಿದೆ. ಹುಸಿಕೋಪದ ಪಾರಿಜಾತಳೂ, ತುಸುತುಂಟ ಕೃಷ್ಣನು ಕಿಲಕಿಲವೆಂದಂತಾಗಿ ಮನ ತೃಪ್ತಿಗೊಂಡಿತು.

ಕೈಲಾಗದಿದ್ದರೂ ಪಾಚಿಕಟ್ಟಿದ ಪಾಗಾರ ಹತ್ತಿ ಹೂವು ಕೊಯ್ಯುವುದು ಲಾಗಾಯ್ತಿನಿಂದ ಅಜ್ಜಿಯ ರೂಢಿ. ಅವಳು ಪಾಗಾರವನ್ನೇರಿ ಬಿದ್ದರೆ ಎಂಬ ಭಯಕ್ಕೆ ಅಪ್ಪಿತಪ್ಪಿ ಅಪ್ಪನೋ, ಅಮ್ಮನೋ ಹೂವು ಕೊಯ್ದರಂತೂ ಆ ದಿನ ಮನೆಯವರಿಗೆಲ್ಲಾ ತಲೆಮೇಲೆ ಬಿಸಿಕೆಂಡ ಸುರಿಯುವಂತೆ ಅವಳ ಧುಮಗುಡುವಿಕೆ, ಅದಕ್ಕೆ ದೇವರಿಗೆ ಹೂವು ಕೊಯ್ಯುವ ಸುದ್ದಿಗೆ ಮಾತ್ರ ಯಾರೂ ಹೋಗುತ್ತಿರಲಿಲ್ಲ. ಆದರೆ ಅದ್ಯಾಕೋ ನನ್ನ ಪಾರಿಜಾತಳ ಮೇಲೆ ಮಾತ್ರ ರಿಯಾಯಿತಿ ಇತ್ತು. ಅದನ್ನೊಂದು ನನಗೆ ಹೆಕ್ಕಲು, ತೊಳೆದಿಡಲು ಬಿಡುತ್ತಿದ್ದಳು. ನನಗೋ ಪ್ರತಿ ದಿನ ಪಾರಿಜಾತಳೊಡನೆ ಕೆಲ ಸಮಯ ಕಳೆಯುವ ಸಡಗರ. ಪ್ರತೀ ಸಲ ಪಾರಿಜಾತಳನ್ನು ಆರಿಸುವಾಗ ಸತ್ಯಭಾಮೆಯ ಅಂಗಳದಲ್ಲಿ ಹಬ್ಬಿ, ರುಕ್ಮಿಣಿಯಂಗಳದಿ ತನ್ನನ್ನುದುರಿಸಿಕೊಳ್ಳುವ ಜಗನ್ನಾಟಕಕ್ಕೆ ಕೃಷ್ಣನಿಗೆ ಕೈಜೋಡಿಸಿದ್ದು ನೆನಪಾಗಿ ನಗು ಬರುತ್ತಿತ್ತು. ಸೂರ್ಯದೇವನ ಪ್ರೀತಿ ಸಿಗದ ರಾಜಕುಮಾರಿಯೊಬ್ಬಳು ಪಾರಿಜಾತದ ಹೂವಾಗಿ ಅವನಿಗೆ ಸೆಡ್ಡು ಹೊಡೆದಂತೆ ಬೆಳೆದು, ಅವನುದಯಿಸುವ ಮುನ್ನ ಧರೆಗುರುಳಿದ ಅಪೂರ್ಣ ಪ್ರೇಮ ಕಥೆಯು ಮನಸಿಗೆ ಬಂದು ಖೇದವೂ ಆಗುತ್ತಿತ್ತು.

ಸಂಜೆಯಾದೊಡೆ ಅಮ್ಮ ಮಾಡಿದ ಅಪ್ಪೆಹುಳಿಯ ಪರಿಮಳವನ್ನೂ ಮರೆಸುವಂತೆ ತನ್ನಿರುವ ಸುತ್ತಲೂ ಪಸರಿಸುತ್ತಿದ್ದ ಪಾರಿಜಾತ ಹೇಗೆ ಭೂಸ್ಪರ್ಶ ಮಾಡುತ್ತಾಳೆಂದು ನೋಡುವ ಕೂತುಹಲದಿ ಅವಳ ಕಾಲಡಿಗೆ ಸಂಜೆಯಿಡೀ ಕುಳಿತಿದ್ದೆ ಒಮ್ಮೆ. 'ಈ ಕೂಸಿಗೊಂದು ಮಳ್ಳು, ಊಟಕ್ಬಾ ಈಗ, ಹೂಂಗ್ ಬಿದ್ರೆ ಶಬ್ದಾಗ್ತು' ಎಂದು ಅಜ್ಜಿ ಕಿಚಾಯಿಸುತ್ತಿದ್ದಳು. ಎಷ್ಟು ಕಾದರೂ ಬೀಳದೆ ಸತಾಯಿಸುತ್ತಿದ್ದ ಪಾರಿಜಾತಳ ಮೇಲೆ ನಸುಕೋಪವುಕ್ಕಿ ಇನ್ನೇನು ಮೇಲೇಳಬೇಕು, ಸದ್ದಾಗದಂತೆ ಮಡಿಲಲ್ಲುರುಳಿ ಮುದ್ದಿಸಿಕೊಂಡಳು. ತುಸು ದೂರ ನಿಂತು ತೊಟ್ಟು ಕಳಚಿ ಉದುರುವ ಅವಳ ನರ್ತನವನ್ನು ನೋಡಿ ಮನತುಂಬಿಕೊಳ್ಳತೊಡಗಿದೆ. ಆ ರಾತ್ರಿ ಕನಸ ತುಂಬಾ ಪಾರಿಜಾತದ್ದೇ ಘಮಲು.

ಓದಿಗಾಗಿ, ಉದ್ಯೋಗಕ್ಕಾಗಿ ದೂರದೂರಿಗೆ ತೆರಳುವಾಗಲೂ ನನ್ನ ದೇಹದ್ದೊಂದು ಭಾಗವನ್ನು ಬಿಚ್ಚಿಟ್ಟು ಹೊರಟು ನಿಂತಂತಹ ಸಂಕಟವಾಗುತಿತ್ತು. ಆದರೂ ಅವಳು ತನ್ನ ಪರಿಮಳವ ಕಮ್ಮಿ ಮಾಡಿಕೊಳ್ಳದೇ ನಿಷ್ಕಲ್ಮಷವಾಗಿ ಮನೆಯಲ್ಲಿನ ಕೃಷ್ಣನಿಗೆ ತನ್ನನ್ನೊಪ್ಪಿಸಿಕೊಂಡು ಬದುಕು ಸವೆಸುತ್ತಿದ್ದಳು. ನಾನವಳನ್ನು ಹಚ್ಚಿಕೊಂಡಂತೆ ಅವಳೂ ನನ್ನನ್ನು ಹಚ್ಚಿಕೊಂಡಿದ್ದಾಳೆಂದು ತಿಳಿದದ್ದು ನನ್ನ ಮದುವೆ ನಿಶ್ಚಯವಾದಾಗ. ನಿಶ್ಚಿತಾರ್ಥದ ಸಲುವಾಗಿ

ವಾರದ ಮುಂಚೆ ಮನೆಗೆ ಬಂದವಳು ಪಾರಿಜಾತದ ಕುರುಹೂ ಕಾಣದೇ ಕಂಗೆಟ್ಟೆ. ಅಚಾನಕ್ಕಾಗಿ ಬಂದ ಅಕಾಲಿಕ ಮಳೆಗೆ ಬುಡ ಸಮೇತ ಬಿದ್ದಳು ಪಾರಿಜಾತ ಎಂಬುದೇ ನಂಗೆ ಅರಗಿಸಿಕೊಳ್ಳಲಾಗದ ಸತ್ಯವಾಗಿತ್ತು. 'ನಮ್ಮ ಮನೆಯಂಗಳದೀ ಬೆಳೆದ ಕೂಸನ್ನು ನಿಮಗೊಪ್ಪಿಸಿ ತೆರಳುವೆ' ಎಂದು ಬಿಕ್ಕುತ್ತಾ ಬಿದ್ದಿರಬಹುದೇ ಎಂಬ ಯೋಚನೆಗೆ ಜ್ವರ ಬಂದಿತ್ತು. ಮನೆಯಲ್ಲಿ ಮಂಗಲಕಾರ್ಯ, ಮನೆಮಗಳಿಗೆ ಜ್ವರ, ಅಪ್ಪ-ಅಮ್ಮ ಎಲ್ಲರೂ ದಿಕ್ಕೆಟ್ಟರು. ವೈದ್ಯಕೀಯ ಔಷಧಿಯ ಪ್ರಭಾವದಿಂದ ಜ್ವರವೇನೋ ಇಳಿಯಿತು. ಆದರೆ ಪಾರಿಜಾತವಿಲ್ಲ ಎಂಬ ನೋವಿನ ಭಾರವಿನ್ನೂ ಇತ್ತು. ಶಂಖನಾದದೊಂದಿಗೆ, ಮಂತ್ರಘೋಷಗಳೊಂದಿಗೆ ನಿಶ್ಚಿತಾರ್ಥ ಪಾರಿಜಾತದೆಸಳಿನಷ್ಟು ಹಗುರಾಗಿ ನಡೆಯಿತು. ಕೆಲವರು ಪಾರಿಜಾತಕ್ಕೆ ಸೊಕ್ಕೆಂದರು, ಅಹಮಿಕೆಯೆಂದರು ಕೃಷ್ಣನಿಗೆ ಪ್ರಿಯವೆಂದು ದರ್ಪವೆಂದರು, ದೇವಲೋಕದ ಪುಷ್ಪವೆಂದು ಜಂಭವೆಂದರು, ಆದರೆ ನನಗಲ್ಲಿ ಪವಿತ್ರವಾದ, ನಿಶ್ಕಲ್ಮಶವಾದ ಪರಿಶುದ್ಧ ಪ್ರೀತಿಯುಳ್ಳ ಪ್ರೇಮಿಕೆ ಮಾತ್ರ ಕಾಣಸಿಗುತ್ತಿದ್ದಳು. ಪಾರಿಜಾತ ಕೇವಲ ಒಂದು ಹೂವಾಗಿರಲಿಲ್ಲ ನನಗೆ, ಅವಳೊಂದು ಅಪೂರ್ವ ಪ್ರೇಮಕಾವ್ಯದ ಸಂಕೇತವಾಗಿದ್ದಳು. ಈಗಲೂ ಇಳಿಸಂಜೆಯಲ್ಲಿ ತಣ್ಣಗೆ ಕುಳಿತಾಗಲೊಮ್ಮೆ ಪಾರಿಜಾತದ ಬಿಕ್ಕು ಕಿವಿಯಲ್ಲಿ ರಿಂಗಣಿಸಿದಂತಾಗಿ ಮನವೂ ಬಿಕ್ಕುತ್ತದೆ.

14

ನವಿಲುಗರಿಯ ಮೋಹ, ಕೃಷ್ಣನೆಡೆಗಿನ ಸೆಳೆತ

ಬಾಲ್ಯದಲ್ಲಿ ತುಂತುರು ಸೋನೆಮಳೆಗೋ, ಭೋರ್ಗರೆದ ವರ್ಷಧಾರೆಯು ನಿಂತ ಇರುಳ ತಂಪಿನಲೋ ನವಿಲುಗಳ ಹಿಂಡು ಕಾನಿನಲ್ಲಿ ಕೂಗಿ ಕೂಗಿ ತಮ್ಮ ಸಂತಸವ ವ್ಯಕ್ತಪಡಿಸುತ್ತಿದ್ದರೆ, ಕೊಚಲಕ್ಕಿ ಅನ್ನವುಂಡು ಬೆಚ್ಚಗೆ ಕಂಬಳಿ ಹೊದ್ದು ಮಲಗಿದ್ದ ನನಗೆ ಒಳಗೊಳಗೆ ಹೇಳಲಾರದ ಖುಶಿ. ಬೆಳಗೆದ್ದು ಮನೆಯ ದಣಪೆ ಹಾರಿ ಕಾನಿನಲ್ಲಿದ್ದ ಕೆಸರುಗೊಚ್ಚೆಯಾದ ದೊಡ್ಡ ನೇರಳೆ ಮರ, ಬೀಟೆಮರ, ಎಲ್ಲದರ ಸುತ್ತಲೂ ಕಣ್ಣಾಡಿಸಿ ಎಲ್ಲಾದರೂ ನವಿಲುಗರಿ ಬಿದ್ದಿದೆಯಾ ಎಂದು ಹುಡುಕಿ ತರುತ್ತಿದ್ದೆ. ಒದ್ದೆಯಾದ ನವಿಲುಗರಿಯನ್ನು ಅದರ ಅಂದಗೆಡದಂತೆ ಒಣಗಿಸಿ, ಅದನ್ನು ನನ್ನ ಪುಸ್ತಕದಲ್ಲಿಟ್ಟುಕೊಂಡು ಶಾಲೆಗೆ ತೆರಳುತ್ತಿದ್ದೆ. ನನಗಂದು ಪುಸ್ತಕದಲ್ಲಿರುವ ನವಿಲುಗರಿಯನ್ನು ಗೆಳತಿಯರಿಗೆ ತೋರಿಸಿ ಹೊಟ್ಟೆಕಿಚ್ಚು ಭರಿಸುವ ಸಡಗರ. ಆದರೆ ನವಿಲುಗರಿಯ ವ್ಯಾಮೋಹವಿರದ ಅವರಿಗೆಲ್ಲಾ ಏನೂ ಅನಿಸುತ್ತಲೇ ಇರಲಿಲ್ಲ ಎಂಬುದೇ ನನಗೆ ಬೇಸರದ ವಿಷಯವಾಗಿತ್ತು. ಅದರಲ್ಲಿಯೂ ನಮಗಿಂತ ತುಂಬಾ ದೊಡ್ಡವಳಾದ ಗೋದಾವರಿ ಹೇಳಿದ 'ಅದ್ನ ಪುಸ್ತಕದಲ್ಲೇ ಇಡ್ಬೇಕು, ಮುಟ್ಟುಕಾಗ, ನೋಡುಕಾಗ, ರಾಶಿ ದಿನ ಆದ್ಮೇಲೆ ಮರಿ ಹಾಕ್ತಿದು' ಎಂಬ ಮಾತನ್ನು ಬಲವಾಗಿ ನಂಬಿದ್ದೆ. ಮನೆಗೆ ಬಂದವಳೇ ಅದನ್ನು ಈಗಾಗಲೇ ಓದಿ ಮುಗಿಸಿದ ಚಂಪಕದಲ್ಲೋ, ಬಾಲಮಂಗಳದಲ್ಲೋ ಜತನದಿಂದಿರಿಸಿ, ಯಾರ ಕೈಗೂ ಸಿಗದಂತೆ ಕಾಪಿಡುತ್ತಿದ್ದೆ. ನಾಲ್ಕಾರು ತಿಂಗಳ ಮೇಲೆ ಕುತೂಹಲ ತಡೆಯಲಾರದೇ ಅದನ್ನು ತೆಗೆದು ನೋಡಿದರೆ ನವಿಲುಗರಿ ಅಸ್ವಸ್ಥಗೊಂಡಂತಿತ್ತು, ಹೊರತು ಮರಿ ಹಾಕಿರಲಿಲ್ಲ. ಸಮಾ ಕೋಪ ಬಂದು ಗೋದಾವರಿಯಲ್ಲಿ ಕೇಳಿದಾಗ 'ನೀ ರಾಶಿ ಬೇಗ ತೆಗ್ದೆ ಅದ್ಕ ಶಿಟ್ ಬಂದೀದು, ಮತ್ ಮರಿ ಹಾಕುದ್ ಸುಳ್ಳು' ಎಂದು ನಿರಾಯಾಸವಾಗಿ ಹೇಳಿ ಹೊರಟಳು.

ನವಿಲುಗರಿ ನನ್ನ ಮೇಲೆ ಮುನಿಸುಕೊಂಡಿದೆ ಎಂಬ ಮಾತಿಗೆ ಬಿಕ್ಕುವಂತಾಗಿತ್ತು ನನಗೆ ಅಂದು ಶಾಲೆಯಿಂದ ಮನೆಗೆ ಬರುವಾಗಲೇ ಸಪ್ಪಗಿದ್ದ ಮುಖವ ಕಂಡು ಅಜ್ಜಿ ಆಪ್ಯಾಯಮಾನವಾಗಿ ವಿಚಾರಿಸಿಕೊಂಡಳು. ಕಟ್ಟಿಕೊಂಡ ದುಃಖವೆಲ್ಲಾ ಹಳ್ಳವಾಗಿ ಭೋರ್ಗರೆದೆ. ಅಜ್ಜಿಯ ಒರಟು ಕೈ ತಲೆಸವರುತ್ತಲೇ ಇತ್ತು, ಕೊಬ್ಬರಿಯೆಣ್ಣೆ, ನೂರಾಒಂದು ಬಾರು ಸೋಪಿನ ಮಿಶ್ರಿತ ಅವಳ ಮಡಿ ಸೀರೆಯ ಕಂಪಿಗೆ ಅಮಲು ಬಂದಂತಾಗಿ ನಿದ್ದೆ ಹೋಗಿದ್ದೆ, ಅಳುವ ಮರೆತು.

ಬೇಸಿಗೆ ರಜೆ ಬಂತೆಂದರೆ ಮಳೆಗಾಲದ ಸಾಮಾಗ್ರಿ ಜೋಡಿಸುವ ಗದ್ದಲ ಹಳ್ಳಿಯವರಿಗೆ. ಅದರಲ್ಲಿಯೂ ಈ ತೆರಕು ಬರಗುವುದು (ತರಗೆಲೆ ಸಂಗ್ರಹಿಸುವುದು) ಒಂದು. ಮಾಸ್ತಿ, ಕುಪ್ಪಿ, ಸೋಮ, ದೇವಿ ಎಲ್ಲರೂ ತರಕು ಬರಗಲು ಬಂದರೆ, ಅವರ ಜೊತೆ ನಾವೂ ಕಾನು ಸೇರುತ್ತಿದ್ದೆವು. ಮೇಲಿನ ಕಾನು ತುಂಬಾ ದೂರವಿದ್ದರಿಂದ ನಾವು ಮಕ್ಕಳಷ್ಟೇ ಹೋಗಲು ಧೈರ್ಯವಿರಲಿಲ್ಲ. ಗುಮ್ಮ, ದೆವ್ವ, ಗೂಂಕನಕ್ಕಿಗಳ ಭಯ ಬೇರೆ. ಮೇಲಿನ ಕಾನಲ್ಲಿ ಒಂದು ಹತ್ತು–ಹನ್ನೆರಡಾದರೂ ನವಿಲುಗರಿ ಸಿಗುತ್ತಿದ್ದವೆಂಬುದು ನನ್ನ ಪ್ರತಿ ವರ್ಷದ ಲೆಕ್ಕಾಚಾರ. ಉಳಿದವರಿಗೆ ಗೇರುಹಣ್ಣು, ನೇರಳೆಹಣ್ಣು, ಸಂಪಿಗೆಹಣ್ಣು ತಿನ್ನುವ ಸಂಭ್ರಮ. ಕುಪ್ಪಿ ಮಾಸ್ತಿಯರ ಅನುಭವದ ಆಧಾರದ ಮೇಲೆ ಅವರು ಹೇಳಿದ ಜಾಗದಲ್ಲಿ ಬಹುತೇಕ ನವಿಲುಗರಿ, ಹದ್ದಿನಗರಿ, ಕಾಗೆಪುಕ್ಕ, ಗುಬ್ಬಿಪುಕ್ಕಗಳೆಲ್ಲವೂ ದೊರೆಯುತ್ತಿದ್ದವು. ನಾನೋ ಬರೀ ನವಿಲುಗರಿ ಪ್ರಿಯೆ, ಅದನ್ನಷ್ಟೇ ಆರಿಸಿ ನನ್ನ ಕೆಲಸವಾಯ್ತೆಂದು ಮನೆತನಕ ಬಿಟ್ಟುಕೊಡಲು ನಮ್ಮನೆ ಮಾಸ್ತಿಗೆ ಪೀಡಿಸುತ್ತಿದ್ದೆ. ಇದ್ದುದರಲ್ಲಿ ಚೆಂದನೆಯ ಗರಿಯೊಂದು ದೇವರ ಮನೆಯಲ್ಲಿದ್ದ ಕೃಷ್ಣನಿಗೆ, ಉಳಿದದ್ದು ನನಗೆ ಎಂದು ಮಂಗನ ಪಾಲು ಮಾಡಿ ಸುಖಿಸುತ್ತಿದ್ದೆ.

ಅಜ್ಜಿ ಹೇಳುತ್ತಿದ್ದ ಕಥೆ ಕೇಳಿಯೇ ಕೃಷ್ಣನೆಡೆಗೆ ಅವ್ಯಕ್ತ ಬಂಧವೊಂದು ಶುರುವಾಗಿದ್ದು. ಕೃಷ್ಣನೆಂದರೆ ಬಾಲ್ಯ ಸಖ, ಹರೆಯದ ಬಿಸುಪಿನಲಿ ಕಂಪು ತುಂಬಿದವ, ಕೃಷ್ಣನೆಂದರೆ ಹೊಕ್ಕಳಿಗೆ ನವಿಲುಗರಿ ಸವರಿ ಕಚಗುಳಿಯಿಟ್ಟು ಅಡಗಿಸಿಕೊಳ್ಳಲಾಗದ ನಾಚಿಕೆಯನ್ನು ಕೆನ್ನೆಗೆಂಪಲಿ ತೋರುವ ಪೋರ. ದೇವಕನ್ಯೆಯಂತಹ ದೇವಕಿಯ ಗರ್ಭದಲ್ಲಿ ಮೊಳೆತು, ಯಶೋಧೆಯ ಮಡಿಲಲ್ಲಿ ಬೆಳೆದನಾದರೂ, ಜಗದ ತುಂಬೆಲ್ಲಾ ಇವನನ್ನು ಮಡಿಲ ತುಂಬಿಕೊಳ್ಳಲು ಬಯಸುವ ತಾಯಿ ಹೃದಯವೇ ಬಹಳ. ಕೃಷ್ಣನೆಂದರೆ, ಹರಕು ಪಂಚೆಯ ಅವಲಕ್ಕಿಗೆ ಅರಮನೆಯಂತಹ ಸಂಪತ್ತುಕೊಟ್ಟು ಬಡವರ ಕಣ್ಣಲ್ಲೂ ಬೆಳಕಿನ ಭರವಸೆಯ ಹಣತೆ ಹಚ್ಚಿದವ. ಕೃಷ್ಣನೆಂದರೆ, ನಂದ ಗೋಕುಲದ ಪರಿಸರದಲ್ಲಿ ಗೋಪಾಲಕನಾಗಿ, ಸಪ್ತಸ್ವರಗಳನ್ನೂ ಮೈದುಂಬಿಕೊಂಡ ಕೊಳಲ ಮಧುರ ನಾದಕ್ಕೆ ಸಕಲ ಜೀವಿಗಳೂ ಮೈಮರೆತು ನರ್ತಿಸಿದಾಗ, ಅವರೊಡನೆ ತಾನೂ ನರ್ತಿಸಿ ನವಿಲನ್ನು ನಾಚಿಸಿ ನವಿಲುಗರಿಯನ್ನು ಉಡುಗೊರೆಯಾಗಿ

ಪಡೆದು ಧನ್ಯಗೊಂಡವ. ಕೃಷ್ಣನೆಂದರೆ, ಸೊಂಟದಲಿ ಪವಡಿಸಿದ ಕೊಳಲ ಮಾರ್ದನಿಗೆ ನಲಿದೊಡೆ ಬರುವ ರಾಧೆಯ ಜನುಮಾಂತರದ ನೋವು ಮರೆಸುವ ಜೀವಸಖ. ಕೃಷ್ಣನೆಂದರೆ, ಕೇವಲ ಪಟ್ಟೆಪೀತಾಂಬರಧಾರಿಯಲ್ಲ, ಕೌಸ್ತುಭ ಹಾರ ಧರಿಸಿ ಪಿಳ್ಳಂಗೋವಿ ಊದುವವನಷ್ಟೇ ಅಲ್ಲ. ಕೃಷ್ಣನೆಂದರೆ, ನಮ್ಮಲ್ಲೇ ಒಬ್ಬನಾದ ಜೀವದ ಬೆಸುಗೆ.

'ಕೃಷ್ಣ' ಅದೆಷ್ಟೋ ತಾಯಂದಿರ ಮುದ್ದಿನ ಕಂದ, ಬೆಣ್ಣೆ ಕದಿಯುವ ತುಂಟ ಪೋರ, ಮಾನಿನಿಯರ ನಿದ್ದೆ ಕದ್ದವ, ಗೋಪಿಯರ ಪ್ರೇಮ, ರಾಧೆಯಂತವರ ಮೋಹನ, ಹಿರಿಯರ ಕಣ್ಮಣಿ, ಕಿರಿಯರ ಮನಗೆದ್ದ ಗೆಳೆಯ, ಹೀಗೆ ಕೃಷ್ಣನೆಂಬ ಈ ಎರಡಕ್ಷರದ ಪದಕ್ಕೆ ಅದೆಷ್ಟು ಅರ್ಥವೋ. ಅವನದೆಷ್ಟು ಸಹಸ್ರ ವರ್ಷಗಳ ಹಿಂದೆ ಅವತರಿಸಿದನೋ, ಆದರೆ ಇಂದಿಗೂ ಅವನು ಹುಟ್ಟಿದ ಆ ಶುಭದಿನ ಎಲ್ಲರ ಪಾಲಿಗೂ ಹೊಚ್ಚ ಹೊಸದಾದ ಸಂಭ್ರಮದಂತೆ. ಪುಟ್ಟ ಮಕ್ಕಳಾದಿಯಾಗಿ ವಯೋವೃದ್ಧರ ತನಕ ಎಲ್ಲರೂ ಕೃಷ್ಣನ ಜನುಮದಿನವನ್ನು ಬಲು ಸಡಗರದಿಂದ ಆಚರಿಸಲು ಕಾಯುತ್ತಾರೆ.

ಅದೇನೋ ಗೊತ್ತಿಲ್ಲ, ನನಗೆ ಬಾಲ್ಯದಿಂದಲೂ ಉಳಿದೆಲ್ಲಾ ಹಬ್ಬಗಳಿಗಿಂತ 'ಕೃಷ್ಣಾಷ್ಟಮಿ' ಬಲು ಪ್ರಿಯವಾದದ್ದು. ಅಜ್ಜಿ ಹೇಳುತ್ತಿದ್ದ ಕಥೆಯಿಂದಲೋ, ಓದಿದ್ದ ಪುಸ್ತಕದಿಂದಲೋ, ನೋಡಿದ ಯಕ್ಷಗಾನ ಪ್ರಸಂಗದ ಪ್ರಭಾವದಿಂದಲೋ ಅರಿವಿಲ್ಲ. ಕೃಷ್ಣನೆಡೆಗೆ ಅಪರಿಮಿತ ಪ್ರೀತಿ ನನಗೆ, ಆ ತುಡಿತ ಅನವರತ. ಕೃಷ್ಣ ಜನ್ಮಾಷ್ಟಮಿ ಹಬ್ಬ ಬಿಟ್ಟು ಮತ್ಯಾವ ಹಬ್ಬಕ್ಕೂ ಅಮ್ಮ ಎಬ್ಬಿಸದ ಹೊರತು ಎದ್ದು ಸ್ನಾನ ಮಾಡಿ ತಯಾರಾದ ದಾಖಲೆಯಿಲ್ಲ. ಕೃಷ್ಣನಿಗೆ ಪ್ರಿಯವೆಂದು ಮೆತ್ತವಲಕ್ಕಿ, ಬೆಲ್ಲದವಲಕ್ಕಿ, ಮೊಸರವಲಕ್ಕಿ, ಹೊದ್ದಲಕ್ಕಿ (ಅರಳು) ಬೆಲ್ಲ, ಕೆಂಡದಲ್ಲಿ ಸುಟ್ಟು ಕುಟ್ಟಿದ ಗೇರುಬೀಜ, ತುಪ್ಪದಲ್ಲಿ ಹುರಿದ ಗೋಡಂಬಿ, ಕಲಸಿಟ್ಟ ಬೆಣ್ಣೆ ಸಕ್ಕರೆ, ನವಧಾನ್ಯದ ಪಾಯಸ ಎಲ್ಲವನ್ನೂ ಶ್ರದ್ಧೆಯಿಂದ ಮಡಿಯಲ್ಲಿ ಮಾಡಿ ದೇವರ ಕೋಣೆಯಲ್ಲಿ ಇಡುತ್ತಿದ್ದರು, ಸುತ್ತ ಲಕ್ಷ್ಮಣ ರೇಖೆ. ಅಪ್ಪ ಬಾಲಕೃಷ್ಣನ ಮೂರ್ತಿಗೆ ಪಂಚಾಮೃತ ಅಭಿಷೇಕ ಮಾಡುತ್ತಾ ಮಂತ್ರ ಪಠಿಸುತ್ತಿದ್ದರು. ನನಗೆ ನನ್ನ ತಂಗಿಗೆ ಬಾಳೆಹಣ್ಣು ಕಿವುಚಿ ಮಾಡಿದ ಬೆಲ್ಲದವಲಕ್ಕಿ, ವಿಶಿಷ್ಟ ಪರಿಮಳ ಬೀರುವ ಗೇರುಬೀಜದ ಮೇಲೇ ಕಣ್ಣು, ಬಾಯಲ್ಲಿ ಜುಳುಜುಳು ಗಂಗೆ, ಅವನಿಗೆ ನೈವೇದ್ಯ ಆಗುವ ತನಕ ಮುಟ್ಟುವಂತಿಲ್ಲ ಎಂಬ ಅಸಹಾಯಕತೆಗೆ ಕೃಷ್ಣನ ಮೇಲೆ ಒಂಥರಾ ಸೋದರ ಮಾತ್ಸರ್ಯ. ಹೀಗೆ ನಾ ಕೃಷ್ಣೆ–ಸುಭದ್ರೆಯಾದೆ, ಅವ ನನ್ನಣ್ಣ ಕೃಷ್ಣ. ಮನೆಯೊಳಗಾಡೋ ಗೋವಿಂದ ಹಾಡ ಅವನಿಗಾಗಿ ನಾ ಕಲಿತೆ.

ಬಣ್ಣ ಬಣ್ಣದ ಸಾವಿರಾರು ಹೂಗಳ ಹೂವನ, ಸುತ್ತ ಶ್ರೀಗಂಧದ ಕಂಪು, ಮಕರಂದ ಹೀರಲು ಹಾರಿಬಂದ ಚಿಟ್ಟೆ ರಾಶಿ, ದುಂಬಿಗಳ ಝೇಂಕಾರ,

ಅಂಬೆಗರೆಯುವ ಹಸುಕರುಗಳು, ನಲಿವ ನವಿಲು, ಜಿಗಿಯುವ ಜಿಂಕೆ, ಕುಣಿವ ಕೆಂಭೂತ, ಚಿಲಿಪಿಲಿಗುಟ್ಟುವ ಗುಬ್ಬಚ್ಚಿ ಮರಿಗಳು, ಎಲೆಯ ಜೊತೆಗಿನ ಕವಳದಂತೆ ಕುಳಿತ ಗಿಣಿಮರಿ ಸಾಲು, ಮಧ್ಯದಲ್ಲಿ ಕೊಳಲನ್ನು ಕೆಂದುಟಿಯ ತುದಿಗೆ ತಾಗಿಸಿ ಕುಳಿತ ಮೋಹನ. ಕಣ್ಮುಚ್ಚಿದರೂ, ಕಣ್ಬಿಟ್ಟರೂ ಇದೇ ದೃಶ್ಯ, ಅವನದೇ ಕನಸು. ಆಗ ಕೃಷ್ಣ ಜನ್ಮಾಷ್ಟಮಿಯಂದು ನಸುಕಿನಲ್ಲಿ ಎದ್ದು ತಲೆಮಿಂದು, ಲಂಗದಾವಣಿ ತೊಟ್ಟು, ಅಮ್ಮ ಸಾರಿಸಿಟ್ಟ ಹೊಸಲಿಗೆ ಅಂಗಳಕೆ ಚಿತ್ತಾರವಾಗಿ ತಾಸುಗಟ್ಟಲೆ ಕುಳಿತು ಬಿಡಿಸಿದ ರಂಗವಲ್ಲಿ, ವಿವಿಧ ಪುಷ್ಪಗಳಿಂದ ಅರಿಶಿನ ಕುಂಕುಮದಿಂದ ರೂಪುಗೊಳ್ಳುವ ಆರತಿ ಬಟ್ಟಲು, ತುಪ್ಪ ದೀಪಗಳ ಸಾಲು, ಮಾಡಿಡುವ ನೈವೇದ್ಯದ ಕೆಳಗೆ ಎಳೆರಂಗವಲ್ಲಿ, ಕಟ್ಟಿದ ತೋರಣಕ್ಕೂ ನವಿಲುಗರಿಯ ಅಲಂಕಾರ. ಹೀಗೆ ನಾ ಗೋಪಿಯೋ, ರಾಧೆಯೋ ಆಗಿ ಬದಲಾದಂತೆ ಅವ ನನ್ನ ಮುರಳಿ ಕೃಷ್ಣನಾಗಿದ್ದ. 'ಲೋಕದ ಕಣ್ಣಿಗೆ ರಾಧೆಯು ಕೂಡ...' ಮನ ಗುನುಗುನಿಸುತ್ತಿತ್ತು.

ತುಂಟತನ ಸೂಸುವ ಬಟ್ಟಲು ಕಂಗಳು, ಪೊದೆ ಪೊದೆಯಾಗಿ ಇಳಿಬಿದ್ದ ಗುಂಗುರು ಕೂದಲು, ಜೇನು ಸುರಿವ ಹವಳದುಟಿ, ಆಕಾಶವನ್ನೇ ಹಾಸಿ ಹೊದ್ದಂತಹ ಬಣ್ಣ, ನೀಳಕಾಯದ ಅವ ಚೆಲುವ. ಕಣ್ಣಲ್ಲೇ ಪ್ರೇಮಕಾವ್ಯ ಬರೆಯಬಲ್ಲ ಚತುರ, ಕೈಬೆರಳ ಮೀಟಿ ಶೃಂಗಾರ ರಸಧಾರೆ ಚಿಮ್ಮಿಸುವ ರಸಿಕ, ಮನಸೆಲ್ಲ ಅವನಲ್ಲೇ ನೆಲೆಯಾಗಿತ್ತು. ಮನೆಯೊಡೆಯನಲ್ಲಿ ಮನದೊಡೆಯ ಕೃಷ್ಣನ ಹುಡುಕಾಟ ಶುರುವಾಗಿತ್ತು. ಆದರವ ತಂಟೆಕೋರ ತುಂಟನಂತೆ ಅಪರೂಪಕ್ಕೊಮ್ಮೆ ದರ್ಶನ ಕೊಡುತ್ತಿದ್ದ. ಆಗೆಲ್ಲಾ ಕೃಷ್ಣ ಜನ್ಮಾಷ್ಟಮಿಯಂದು ಸೂರ್ಯ ಬಾಗಿಲು ತಟ್ಟುವ ಮೊದಲೇ ಹಬ್ಬದಡುಗೆ ಮುಗಿಸಿ, ಕೃಷ್ಣನ ಪೂಜೆಗೆ ಅಣಿ ಮಾಡುತ್ತಿದ್ದೆ. ಬಾಲ್ಯದಲ್ಲಿ ಹಾಡುತ್ತಿದ್ದ ಕೃಷ್ಣನ ಪದಗಳಾವುದೂ ನೆನಪಿಗೆ ಬರದೆ, 'ತೂಗು ಮಂಚದಲ್ಲಿ ಕೂತು, ಮೇಘಶ್ಯಾಮ ರಾಧೆಗಾತು...' ಹಾಡನ್ನೇ ಭಕ್ತಿಯಿಂದ ಭಜಿಸಿದಾಗ, ಪೂಜೆ ಮಾಡುತ್ತಿದ್ದ ನನ್ನವ ಕಣ್ಣು ಮಿಟುಕಿಸಿ ನಕ್ಕುಬಿಟ್ಟಿದ್ದ, ನನಗಲ್ಲಿ ಮತ್ತೆ ಕೃಷ್ಣ ಕಾಣಿಸಿದ್ದ. ನಾನು ರುಕ್ಮಿಣಿ ಸತ್ಯಭಾಮೆಯಾದಂತೆ ಅವ ನನ್ನ ಕೃಷ್ಣ ಮುಕುಂದನಾದ.

ಒಡಲಲ್ಲಿ ಮೊಗ್ಗೊಂದು ಮೊಳಕೆಯೊಡೆದ ಆ ಸಮಯ ಸದಾ ಆ ರಾಧಾಕೃಷ್ಣರದ್ದೇ ಧ್ಯಾನ. ಬೆಣ್ಣೆ ಮೆತ್ತಿದ ತುಂಬುಗಲ್ಲ, ಬೊಚ್ಚುಬಾಯ ಬ್ರಹ್ಮಾಂಡ, ಮಡಿಲಲ್ಲಿ ಮಲಗಿ ಕಿಲಕಿಲವೆನುತ್ತಾ ಎದೆಗೊದೆಯುವ ಪರಿ, ಹಿಂದಿನಿಂದ ಬಳಸಿ ಕೊರಳು ತಬ್ಬುವ ಆ ಪುಟ್ಟ ಕೈಗಳು, ಹೀಗೆ ಗರ್ಭದಲ್ಲಿ ಕೃಷ್ಣನನ್ನೂ, ರಾಧೆಯನ್ನೂ ಏಕಕಾಲಕ್ಕೆ ಕಾಣುತ್ತಿದ್ದೆ. ಮದುವೆಯಾದ ಹೊಸತರಲ್ಲಿ ನನಗಿರುವ ಕೃಷ್ಣ ಪ್ರೇಮವ ಕಂಡ ಅತ್ತೆ ಕೃಷ್ಣನಿರುವ ತೊಟ್ಟಿಲ ಕೊಡಿಸಿದ್ದರು. ದಿನ ಬೆಳಗಾದರೆ ಅದನ್ನು ತೊಳೆದು ಒರೆಸಿ ತೂಗುತ್ತಾ

ಮೌನವಾಗಿ ಸಂಭಾಷಿಸುವುದು ರೂಢಿಯಾಗಿತ್ತು. ಅದಕ್ಕೇ ಇರಬಹುದು ಈ ಸಲ ಕೃಷ್ಣ ಜನ್ಮಾಷ್ಟಮಿಗೆ ಸಾಕ್ಷಾತ್ ಬಾಲಕೃಷ್ಣನೇ ಮಡಿಲಿಗೆ ಬಂದಿದ್ದಾನೆ. ಈಗ ಕೂತಲ್ಲಿ ನಿಂತಲ್ಲಿ 'ತೂಗುವೆ ರಂಗನಾ... ತೂಗುವೆ ಕೃಷ್ಣನಾ...' ಪದದ್ದೇ ತಿಲ್ಲಾನ. ಅವನೀಗ ನನ್ನ ಮಗ, ನಾನವನಿಗೆ ದೇವಕಿಯೋ ಯಶೋಧೆಯೋ, ಒಟ್ಟಿನಲ್ಲಿ ಅಮ್ಮ. ಇನ್ನು ಜೀವಮಾನಪೂರ್ತಿ ಕೃಷ್ಣ ನನಗೆ ಕಂದನಾಗಿಯೇ ಇರುತ್ತಾನೆ. ಇನ್ನೆಂದಿಗೂ ಅವನಿಗೆ ವಯಸ್ಸಾಗುವುದೇ ಇಲ್ಲ.

15

ನೆಗೆಗೌಡನೆಂಬ ಮುಗುದ ಜೀವ

ಅದೊಂದು ಭಾನುವಾರ ತೆಳ್ಳೇವು ಎಂಬ ತಳುಕಿನ ಸುಂದರಿಯನ್ನು ನುಂಗಿ ಕೈತೊಳೆಯಲೆಂದು ಹೊರಗೆ ಬಂದಾಗ ದಣಪೆಯಲ್ಲಿ ಯಾರೋ ನಿಂತಂತೆ ಕಾಣಿಸಿತು. ಮಳೆಗಾಲದ ನೀರಿನಬ್ಬರದ ಹೊಡೆತ ತಪ್ಪಿಸಲು ಕಟ್ಟಿದ್ದ ತೆಂಗಿನಗರಿಯ ಮಡ್ಲಿನ ಮಾಡು ಮರೆಯಾದಂತಾಗಿ ಲಗುಬಗೆಯಿಂದ ಕೈತೊಳೆದು ಅಂಗಿಗೆ ಒರೆಸಿಕೊಂಡು ದಣಪೆ ಹತ್ತಿರ ಹೋಗಿ ನೋಡಿದರೆ ಅಂವ ನಿಂತಿದ್ದ ನಗು ನಗುತ್ತಾ. ಬೇಡಲಿಕ್ಕೆ ಬಂದವನಾದರೂ ಯಾರನ್ನೂ ಕೂಗದೇ ಕರೆಯದೇ, ನಾವಾಗಿಯೇ ನೋಡುವ ತನಕ ದಣಪೆ ಕಟ್ಟೆಯಲ್ಲೇ ನಿಂತಿರುತ್ತಿದ್ದ ಪಾಪದ ಜೀವವದು. ನಗು ಅಂದರೆ ಹ್ಹ ಹ್ಹ ಎಂದು ನಗಾಡುತ್ತಾ ಇರುತ್ತಿದ್ದವನಿಗೆ ಸುತ್ತಲಿನ ಊರುಕೇರಿಯವರು ಕರೆಯುತ್ತಿದ್ದುದು 'ನೆಗೆಗೌಡ'ನೆಂದು. ಅವನಿಗೆ ಚಾ ಮತ್ತು ಉಪ್ಪಿಟ್ಟೆಂದರೆ ಬಲು ಪ್ರೀತಿ. ಉಪ್ಪಿಟ್ಟು ಮಾಡಿದ್ದ ದಿನ ಅಂವ ಬಂದರೆ ದೊಡ್ಡ ಬಾಳೆ ಎಲೆಯ ತುಂಬಾ ಉಪ್ಪಿಟ್ಟು ಹಾಕಿ ದೊಡ್ಡ ಚೊಂಬಲ್ಲಿ ಚಾ ಕೊಡುತ್ತಿದ್ದಳು ಅಮ್ಮ. ಕೆಳಗೆ ಬಂದು ತಿನ್ನು ಎಂದು ದುಂಬಾಲು ಬಿದ್ದರೂ ಬರದೇ ದಣಪೆ ಬುಡದಲ್ಲೇ ಕುಳಿತು ಉಪ್ಪಿಟ್ಟನ್ನು ಸ್ವಲ್ಪ ತಿಂದು, ಉಳಿದುದ್ದನ್ನು ತನ್ನ ಕಚ್ಚೆ ಪಂಚೆಯ ತುದಿಯಲ್ಲಿ ಕಟ್ಟಿಕೊಂಡು ಹೋಗುತ್ತಿದ್ದ. 'ಸೊರ್ರ್ ಬರ್ರ್' ಎಂದು ಅವನು ಚಾ ಕುಡಿಯುವ ರೀತಿಯೇ ಚೆನ್ನ. ನಾನು ತಂಗಿ ಅವನನ್ನು ಹಾಗೆ ಹೇಳು, ಹೀಗೆ ಮಾಡು ಎಂದೆಲ್ಲಾ ಗೋಳು ಹೊಯ್ದುಕೊಂಡರೂ ಆ ಬಡಜೀವಕ್ಕೆ ತುಸುವೂ ಕೋಪ ಬರುತ್ತಿರಲಿಲ್ಲ. ನಮಗಂತೂ ಅವನನ್ನು ಕಂಡರೆ ಮನೆಯ ಅಜ್ಜನೇನೋ ಎಂಬಷ್ಟು ಸಲಿಗೆ ಪ್ರೀತಿ.

ಅವನು ಎಷ್ಟು ಮುಗ್ಧ ಎಂದರೆ, ದಾರಿಯಲ್ಲಿ ಯಾರೇ ಸಿಕ್ಕು 'ಹ್ವಾ ಒಂದ್ ನೆಗ್ಯಾಡ' ಅಂದರೆ ಸಾಕು ತನ್ನ ಹುಳುಕು ಹಲ್ಲನ್ನು ತೋರಿಸಿ ನಗುತ್ತಿದ್ದ. 'ಚಾ

ಮಾಡುದ್ ಹೆಂಗಾ?' ಕೇಳಿದರೆ, ಮದ್ಲು ಚಾ ತಪ್ಲೆ ತಕಂಬೇಕು, ಅದ್ಕ ನೀರು ಶಕ್ರೆ, ಚಾಪುಡಿ ಹಾಕಿ ಗೊಡಗುಟ್ಸಬೇಕು, ಕಡಿಗೆ ಹನಿ ಹಾಲ್ ಹಾಕ್ಬೇಕು, ಎಂದು ವಿಚಿತ್ರ ಶೈಲಿಯಲ್ಲಿ, ಸಣ್ಣಗೆ ಮಗುವಿನಂತೆ ಉತ್ತರಿಸಿ ಮುಂದಿನ ಪ್ರಶ್ನೆಗೆ ತಯಾರಾಗಿ ನಿಲ್ಲುತ್ತಿದ್ದ. ಉಪ್ಪಿಟ್ಟು ಮಾಡುದ ಹೆಂಗಾ? ಕೇಳಿದರೆ 'ದೊಡ್ಡ ತಪ್ಪಲೇಲಿ ರವೆ ಹುರ್ದು, ಬಿಶಿ ನೀರ್ ಹಾಕಿ, ಉಪ್ಪು ಖಾರ ಹಾಕ್ಬೇಕು...' ಹೀಗೆ ಕೇಳಿದ್ದನ್ನೇ ತಿರುಗಾಮುರುಗಾ ಮಾಡಿ ಹತ್ತಾರು ಸಲ ಕೇಳಿದರೂ ಒಂಚೂರು ಬೇಸರಿಸದೇ, ಬಾಯಿಪಾಠ ಮಾಡಿ ಶಿಕ್ಷಕರಿಗೆ ಪಾಠ ಒಪ್ಪಿಸುವ ವಿಧೇಯತೆಯಿಂದ ಉತ್ತರಿಸುತ್ತಿದ್ದ. ಬೇಸರದ ಛಾಯೆ ಕೂಡಾ ಮುಖದಲ್ಲಿ ಕವಿದದ್ದು ನೋಡಿದ ನೆನಪಿಲ್ಲ ನನಗೆ.

ಕುಮಟಾದ ಹತ್ತಿರದ ಯಾವುದೋ ಹಳ್ಳಿಯವನಾಗಿದ್ದ ಇವನಿಗೆ ಮನೆಯಲ್ಲಿ ಬೇಡಿ ತಿನ್ನಬೇಕಾದ ಬಡತನವೇನೂ ಇರಲಿಲ್ಲ. ಅವನ ಹೆತ್ತವರು ಇರುವ ತನಕ ಊಟ–ತಿಂಡಿ, ಚಾಗೆ ಮೋಸವಾಗದಂತೆ ನೋಡಿಕೊಂಡರು. ಅವರ ನಂತರ ನಾಕು ಕಾಸಿಗೂ ದುಡಿಯಲು ಆಗದವ ಮನೆಗೆ ಹೊರೆಯಾದ. ಕೊನೆಗೆ ಅವನಿಗೆ ಪ್ರಿಯವಾದ 'ಚಾ' ಸಹ ಸಿಗದಿದ್ದಾಗ ಊರೂರು ತಿರುಗಿ ಬೇಡಲು ಶುರು ಮಾಡಿದ. ಯಾರ ಮನೆಯಲ್ಲಿ ಬೈದು ಕಳುಹಿಸುತ್ತಾರೋ ಅವರ ಮನೆ ಬಾಗಿಲಿಗೆ ಮತ್ತೆ ಕಾಲಿಡದಷ್ಟು ಸ್ವಾಭಿಮಾನಿಯಾಗಿದ್ದ. ಯಾರ ಮನೆಯಲ್ಲಿ ಚಾ ಅಥವಾ ಉಪ್ಪಿಟ್ಟು ಕೊಡ್ತಾರೋ ಅವರ ಮನೆ ಮುಂದೆ ಗಂಟೆಗಟ್ಟಲೇ ಬೇಕಾದರೂ ನಿಂತುಬಿಡುತ್ತಿದ್ದ ಸುಮ್ಮನೆ. ಉಪ್ಪಿಟ್ಟು ಬಿಟ್ಟು ಬೇರೆ ತಿಂಡಿ ಕೊಟ್ಟರೆ ಮುಟ್ಟುತ್ತಲೇ ಇರಲಿಲ್ಲ. ಕಡು ಮಧ್ಯಾಹ್ನದ ಬಿಸಿಲಿನಲ್ಲಿ ಬಂದರೆ 'ಊಟ ಮಾಡಾ' ಎಂದು ನಾವು ಪೀಡಿಸಿದರೆ 'ಆಗುದು' ಎಂದು ಗರಗರನೆ ತಲೆ ತಿರುಗಿಸಿ ಕೊಟ್ಟಿಗೆಯ ಮಾಡಿನೊಳಗೆ ಬಂದು ಕೂರುತ್ತಿದ್ದ. ಶತಮಡಿಯ ಅಜ್ಜಿಯೇ ಕೆಳಗೆ ಬಂದು ಉಣ್ಣಲೂ ಹೇಳಿದರೂ ಇಲ್ಲೇ ಕೂರುವೆನೆಂದು ಹಠಮಾಡುತ್ತಿದ್ದ. ಬರಿ ಹುಳಿಯನ್ನವನ್ನೋ, ಸಾರನ್ನವನ್ನೋ ಉಂಡು ಎಂಜಲು ಸಾರಿಸಿ ಎದ್ದು ಬಿಡುತ್ತಿದ್ದ. ನಂತರ ಹನಿ 'ಚಾ ಕೊಡ್ರಾ' ಎಂದು ಬಲು ಸಂಕೋಚದ ದನಿಯಲ್ಲಿ ಮೈಯನ್ನೆಲ್ಲಾ ಹಿಡಿಯಾಗಿಸಿ ಅವ ಕೇಳುವಾಗ, ತುಸು ಹೆಚ್ಚೇ ಮಮತೆಯಿಂದ ಒಂದು ತಂಬಿಗೆ ಚಾ ತಂದು ಕೊಡುತ್ತಿದ್ದರು ಅಮ್ಮ. ಚಾ ಕುಡಿದು ತೃಪ್ತನಾಗಿ ಹ್ಹ ಹ್ಹ ಎಂದು ನಕ್ಕನೆಂದರೆ ಕೇರಿಯ ಮಕ್ಕಳೆಲ್ಲಾ ಅವನ ಸುತ್ತ ಸೇರುತ್ತಿದ್ದೆವು. ಅವನು ಮಧ್ಯಾಹ್ನ ಬಂದ ದಿನ ನಮಗೆ ಊಟವೂ ಸೇರದು, ನಿದ್ದೆಯೂ ಬಾರದು. ಬರೀ ಅವನ ಹತ್ತಿರ ತಮಾಷೆ ಮಾಡಿ, ನಗಿಸಿ, ನಾವೂ ನಕ್ಕು ಹಗುರಾಗುತ್ತಿದ್ದೆವು.

ಈಗ ಯೋಚಿಸಿದಾಗ ಅನಿಸುತ್ತದೆ, ದೇವರು ಅವನಿಗೆ 'ಬುದ್ಧಿಯನ್ನು' ಕೊಡದಿರಬಹುದು. ಆದರೆ ಅವನಿಗೆ ಅಗಾಧ ತಾಳ್ಮೆ, ಸಂಯಮ ಕೊಟ್ಟಿದ್ದ.

ತನಗೆ ಬೇಕಾದ ಕಡೆ ತಿರುಗಿ ಬೇಡಿ ತಿನ್ನುವ ಜೋಗಯ್ಯನಂತಹ ಸ್ವಾತಂತ್ರ್ಯ ಕೊಟ್ಟಿದ್ದ. ಆಕಾಶವೇ ಸೂರು, ಭೂಮ್ತಾಯಿಯೇ ಮಂಚವೆಂದು ತಿಳಿದು ಸಂತೆಯಲ್ಲಿ ಮಲಗಿದರೂ ಘನಘೋರ ನಿದ್ರೆ ಮಾಡುವ ಸುಖಜೀವಿಯನ್ನಾಗಿ ಮಾಡಿದ್ದನೆಂದು. ಇಂತಹ ಮುಗ್ಧಜೀವಿಗಳ ಜೊತೆ ಕಳೆದ ನಮ್ಮ ಬಾಲ್ಯವ ನೆನಪಿಸಿಕೊಳ್ಳುವುದರಲ್ಲೇ ಒಂಥರಾ ಸುಖವಿದೆ.

16

ಫಲಿತಾಂಶದ ಭಯ ಮತ್ತು ಬಿಳಿಮುಳ್ಳೇ ಹಣ್ಣಿನ ಪ್ರೇಮ

ಪ್ರತೀ ಭಾನುವಾರ ಕುಮಟಾದ ಮಹಾಲಸಾ ದೇವಳದಲ್ಲಿರುತ್ತಿದ್ದ ಭರತನಾಟ್ಯ ಕ್ಲಾಸಿಗೆ ಹೋಗಲು ಅಪ್ಪನೊಂದಿಷ್ಟು ಪುಡಿಗಾಸು ಕೊಡುತ್ತಿದ್ದರು. ಅಜ್ಜಿಯೂ ಬಿಸ್ಕಿಟ್ ತಿನ್ನು ಎಂದು ಒಂದೋ ಎರಡೋ ರೂಪಾಯಿಗಳನ್ನು ಕೊಡುತ್ತಿದ್ದಳು. ಒಂದೆರಡು ನಿಲ್ದಾಣ ಹಿಂದಿಳಿದರೆ ಒಂದೆರಡು ರೂಪಾಯಿ ಉಳಿಸಬಹುದು, ಅದರಿಂದ ಪುಸ್ತಕ ತೆಗೆದುಕೊಳ್ಳಬಹುದು ಎಂಬುದು ನನ್ನ ಲೆಕ್ಕಾಚಾರವಾಗಿತ್ತು. ಮೂರುಕಟ್ಟೆಯಲ್ಲಿರುವ ದೇವಳದಿಂದ ಕ್ಲಾಸ್ ಮುಗಿದೊಡನೆ ಕಾಮತ್ ಮೆಡಿಕಲ್ನ ಹತ್ತಿರ ಇರುವ ಕಾಮತ್ ಬುಕ್ ಡಿಪೋ ತನಕ ನಡೆದುಕೊಂಡು ಹೋಗಿ, ಚಂಪಕ, ಬಾಲಮಂಗಳ, ಬಾಲಮಿತ್ರ, ಚಂದಮಾಮ, ತುಂತುರು ಯಾವುದಾದರೊಂದನ್ನು ಪ್ರತಿವಾರ ಕೊಂಡು ಮತ್ತೆ ಗಿಬ್ ಹೈಸ್ಕೂಲಿನ ಸರ್ಕಲ್ ತನಕ ನಡೆದುಕೊಂಡು ಬಂದು ಟೆಂಪೋ ಹತ್ತುತ್ತಿದ್ದೆ. ಕೆಲವೊಮ್ಮೆ ಶಿವು ಟೆಂಪೊವಿಗೋ, ಮುನ್ನಣ್ಣನ ಟೆಂಪೊವಿಗೋ ಕಾಯುವುದೂ ಇತ್ತು. ಅವರಿಬ್ಬರಾದರೆ ಪರಿಚಯದವರು ಸಣ್ಣ ಕೂಸು ಎಂದು ದುಡ್ಡು ತೆಗೆದುಕೊಳ್ಳುವುದಿಲ್ಲ. ಆ ದುಡ್ಡನ್ನು ಉಳಿಸಿದರೆ ಮುಂದಿನವಾರ ಚೂರು ತುಟ್ಟಿಯಾದ 'ದಿನಕ್ಕೊಂದು ಮಕ್ಕಳ ಕಥೆ' ಪುಸ್ತಕವನ್ನೇ ಕೊಳ್ಳಬಹುದಲ್ಲ ಎಂಬ ಪುಟಾಣಿ ದುರಾಸೆ ನಂದು. ಧಾರೇಶ್ವರದ ಮಂಗ್ಳೂರ ಹೊಟೇಲ್ ಕತ್ರಿಯಲ್ಲಿ ತನ್ನ ಎಂ. 80 ಯಲ್ಲಿ ಕಾಯುತ್ತಿದ್ದ ಅಪ್ಪನ ಕಂಡೊಡನೇ ನಡೆದ, ಕುಣಿದ ಆಯಾಸವೆಲ್ಲಾ ಮಾಯವಾದಂತಾಗಿ ಹಾಯೆನಿಸುತ್ತಿತ್ತು. ಮನೆ ಸೇರಿದೊಡನೆ ಕೈಕಾಲು ಮುಖ ತೊಳೆದು, ಉಂಡು, ಉಪ್ಪರಿಗೆಯ ಮೆಟ್ಟಿಲಲ್ಲಿ

ತಂದ ಪುಸ್ತಕವನ್ನು ಹಿಡಿದು ಕೂರುತ್ತಿದ್ದೆ. 'ಸಾಕಾಗಿಕ್ಕು ರಣ ಬಿಸ್ಲು ಚೂರ್ ಮಲ್ಕೊಂಡ್ರಾಗ್ದಾ?' ಎಂದು ಗದರಿಸುವ ದನಿ ಕಿವಿಗೆ ತಾಕುತ್ತಿರಲಿಲ್ಲ, ಓದುವ ಸಂಭ್ರಮದಲ್ಲಿ.

ಆಗೆಲ್ಲಾ ಮುಲ್ಕಿ ಪರೀಕ್ಷೆಯೆಂದರೆ ಪಿಯುಸಿ ಪರೀಕ್ಷೆ ಬರೆದಷ್ಟು ಭಯ, ಕಠಿಣ. ಓದಿಗಿಂತ ಪ್ರಥಮ ಸ್ಥಾನ ಬರದಿದ್ದರೆ ಅಮ್ಮನ ಬಳಿ ಬೈಸಿಕೊಳ್ಳಬೇಕಲ್ಲಾ, ರಜೆಯಲ್ಲಿ ಕಥೆ ಪುಸ್ತಕ ಓದುವುದಕ್ಕೂ ಬಿಡರು ಎಂಬ ಚಿಂತೆಯೇ ಹೆಚ್ಚಾಗಿತ್ತು. ಶಾಲೆಯ ಪುಸ್ತಕದೊಳಗೆ ಬಾಲಮಿತ್ರವನ್ನಿಟ್ಟು ಓದುವಾಗ ಸಿಕ್ಕಿಬಿದ್ದು, ಸಮಾ ಅರ್ಚನೆಯಾದ ಮೇಲೂ, ಪರೀಕ್ಷಾಗಾಲದಲ್ಲಿ ಕದ್ದು ಮುಚ್ಚಿ ಓದುವ ಚಾಳಿ ಹೆಚ್ಚಾಗಿತ್ತು. ಪರೀಕ್ಷೆ ಮುಗಿದ ಮೇಲೆ ಶಾಲೆಗೆ ಹೋಗುವುದೆಂದರೆ ನನಗೆ ತುಂಬಾ ಇಷ್ಟದ್ದಾಗಿತ್ತು. ಕಾರಣ ಹೆಡ್ ಮಾಸ್ಟರ್ ಕೋಣೆಯಲ್ಲಿದ್ದ ಮೂರ್ನಾಕು ಕಪಾಟಿನ ತುಂಬ ಇರುವ ಪುಸ್ತಕಗಳು. ನನ್ನ ಸಹಪಾಠಿಗಳೆಲ್ಲಾ ಕೋಕೋ, ಕಣ್ಣಾಮುಚ್ಚಾಲೆ, ಕಬ್ಬಡಿ, ಲೂಡೊ, ಹಾವು ಏಣಿ, ಅಂತಾಕ್ಷರಿ ಅಂತೆಲ್ಲಾ ಆಡುತ್ತಿದ್ದರೆ, ನಾನು ದಿನಕ್ಕೊಂದು ಪುಸ್ತಕವನ್ನು ಕಣ್ಣು ಕೀಲಿಸದೇ ಓದಿ ಮುಗಿಸುತ್ತಿದ್ದೆ. ಗೌರಕ್ಕೋರು, ಅನ್ನಪೂರ್ಣಕ್ಕೋರು, ಕೆ. ವಿ. ಭಟ್ ಸರ್, ಶ್ಯಾನಭಾಗ್ ಮಾಸ್ತರಿಗೆ ಕಾಡಿಸಿ, ಪೀಡಿಸಿ ಹೆಚ್ಚೆಚ್ಚು ಕಥೆ ಪುಸ್ತಕ ತೆಗೆದುಕೊಂಡು ಓದುತ್ತಿದ್ದೆ. ನಂತರ ಓದಿನ ಪ್ರೀತಿ ಕಂಡ ಅನ್ನಪೂರ್ಣಕ್ಕೋರಂತೂ ಕಪಾಟಿನ ಕೀಲಿಯನ್ನೇ ನನ್ನ ಹತ್ರ ಕೊಡುತ್ತಿದ್ದರು ಶಾಲೆಗೆ ಹೋದ ತಕ್ಷಣ. ಏಪ್ರಿಲ್ 10 ಅಂದ್ರೆ ಫಲಿತಾಂಶದ ದಿನ, ಎದೆಯೆಲ್ಲಾ ಢವಢವ 'ಒಂದ್ನೇ ನಂಬರ್ ಬರದೇ ಹೋದ್ರೆ ಮನೆಗೆ ಸೇರ್ಸಕತ್ನಿಲ್ಲೆ' ಎಂದು ಅಮ್ಮ ಹೆದರಿಸಿಟ್ಟಿದ್ದು ಬೇರೆ.

ಒಂದೆರಡು ಮಾರ್ಕಿನಿಂದ ಮೊದಲನೇ ನಂಬರ್ ತಪ್ಪಿ ಹೋಗಿತ್ತು. ಅಕ್ಷರ ಗುಂಡಗಾಗಿಲ್ಲ ಎಂಬುದು ಕನ್ನಡ, ಸಮಾಜ, ಕಲಿಸುವ ಶಿಕ್ಷಕರು ಕೊಟ್ಟ ಕಾರಣವಾಗಿತ್ತು. ಮನೆಗೆ ಹೋದರೆ ಅಮ್ಮ ಬೈತಾರೆಂದು ಹತ್ತಿಕ್ಕಲಾಗದ ಭಯವುಕ್ಕಿ ಬಿಕ್ಕಳಿಸತೊಡಗಿದೆ. ಹಿರಿಯಕ್ಕನಂತಿದ್ದ ಗೋದಾವರಿ ನನ್ನನ್ನೆತ್ತಿಕೊಂಡು ಸಮಾಧಾನ ಮಾಡಿ, 'ಬಾ ಗೋರೆಗುಡ್ಡೆಲಿ ಬಿಳಿಮುಳ್ಳೆಣ್ಣ ಬೇಣಕ್ ಹೋಗ್ವಾ?' ಎಂದು ಸಮಾಧಾನಿಸಿ ಕರೆದೊಯ್ದಳು. ನಾನು, ಗೋದಾವರಿ, ಅನಿತಾ, ಲಕ್ಷ್ಮೀ, ಶೋಭಾ, ಎಲ್ರೂ ಗೋರೆಗುಡ್ಡೆ ಹತ್ತಿರವಿರುವ ಬೇಣಕ್ಕೆ ಹೋದೆವು. ಬಿಳಿ ದೊಡ್ಡ ಕಲ್ಲಿನ ಪಾಗಾರವುಳ್ಳ ಜಾಗದಲ್ಲಿ ಬರೀ ಮುಳ್ಳೇಹಣ್ಣುಗಳದ್ದೇ ಪೊದೆಪೊದೆಯಿರುವುದು ಕಂಡು ತಾಸಿನ ಹಿಂದಿದ್ದ ದುಗುಡೆಲ್ಲಾ ಮಂಗಮಾಯವಾಗಿ, ಕುಣಿದಾಡುವಂತಾಯ್ತು. ಮೊದಲು ಗುತ್ತಿನ ದೇವರು ಎಂಬ ಹುತ್ತಕ್ಕೆ ನಮಸ್ಕರಿಸಿ ಹಣ್ಣು ಕೊಯ್ಯಲು ಹೊರಟೆವು. ನನ್ನನ್ನು ತುಂಬಾ ಪ್ರೀತಿ ಮಾಡುತ್ತಿದ್ದ ಗೋದಾವರಿಯಂತೂ ಮುಳ್ಳಿನ ಗಿಡದ ಹತ್ತಿರವೂ ಬರಕೊಡದೆ ಶಾಲೆಯಂಗಿಯನ್ನೆತ್ತಿ ಅವರು ಕೊಯ್ದು ಕೆಳಗೆ

ಹಾಕುವ ಹಣ್ಣನ್ನು ಹಿಡಿಯುವ ಕೆಲಸ ಕೊಟ್ಟುಬಿಟ್ಟಿದ್ದಳು. ಬಿಸಿಲೇರಿದಂತೆ, ಹಣ್ಣಿನಿಂದ ಅಂಗಿಯೂ ತುಂಬಿದಾಗ ಎಲ್ಲರೂ ಒಂದು ಮರದ ನೆರಳಿನಲ್ಲಿ ಕೂತು ಹಣ್ಣನ್ನು ಮನಸೋ ಇಚ್ಛೆ ಸವಿಯತೊಡಗಿದೆವು. ಬೆಳಗ್ಗೆ ಎಂಟಕ್ಕೆ ಮನೆ ಬಿಟ್ಟು ಹತ್ತಕ್ಕೆಲ್ಲಾ ಫಲಿತಾಂಶ ಕೇಳುವುದನ್ನು ಮುಗಿಸಿ, ಅಂಕ ಪಟ್ಟಿ ತಕೊಂಡು, ಬೇಣಕ್ಕೆ ಹೊರಟವರಿಗೆ ಹೊತ್ತು ನೆತ್ತಿಗೇರಿದ್ದೂ ಗೊತ್ತಾಗಲಿಲ್ಲ. ಹೊಟ್ಟೆ ಬಿರಿಯುವಷ್ಟು ಹಣ್ಣು ಮೆದ್ದಾದ ಮೇಲೆ ತುಂಬಾ ಬಾಯಾರಿಕೆಯಾಗಿ ಎಲ್ಲರೂ ಗೋದಾವರಿ ಮನೆಗೆ ಹೋಗುವುದು ಅಂತಾಯ್ತು. 'ನಿಂಗ್ ಬೇಕಾರೆ ಸೀತಾರಾಂ ಹೆಗ್ಡ್ರ ಮನೇಲಿ ಪಾನಕನೇ ಕೊಡ್ತ್ರ' ಎಂದು ನನ್ನಜ್ಜಿಯ ಮಡಿ ಗೊತ್ತಿದ್ದ ಗೋದಾವರಿ ಸಮಾಧಾನ ಮಾಡಿದಳು. ನನಗೆ ಮನೆಯ ನೆನಪೇ ಇರಲಿಲ್ಲ. ಇನ್ನೇನು ಬೇಣದ ಪಾಗಾರು ದಾಟಿ ಹೋಗಬೇಕು ಬೊಮ್ಮು ಕಾಣಿಸಿದ. 'ಏನೇ ತಂಗಿ ಮನೆಲೆಲ್ಲಾ ಹೇಂಗ್ ಹೆದ್ರೊಗಿರು ಗುತ್ತಿತೆ? ನಡೆ, ನಡೆ ಮನೆಗ್ ನಡೆ ಒಡ್ತೀರೇ ಕರ್ಕಂಡ್ ಬರುಕ್ ಹೇಳರೇ' ಎಂದು ನಯವಾಗಿ ನಂಗೆ ಗದರಿಸಿ, 'ಆಗಾ ನಿಮುಗ್ ಬ್ಯಾರೆ ಕೆಲ್ಸಿಲ್ಲ ಅಲಾ? ತಡೆ ನಿಮ್ಮಪ್ಪ ಕೂಡೆ ಬತ್ತೆ ಹೇಳೂಕೆ' ಎಂದು ಗೋದಾವರಿ, ಲಕ್ಷ್ಮೀಗೆ ದನಿಯೇರಿಸತೊಡಗಿದ. ನನ್ನನ್ನು ಪ್ರೀತಿಯಿಂದ ನೋಡಿಕೊಂಡ ಗೆಳತಿಯರಿಗೆ ಬೈದನಲ್ಲಾ ಎಂದು ಬೊಮ್ಮುವಿನ ಮೇಲೆ ಕೋಪವುಕ್ಕಿ 'ಅವ್ರಿಗ್ ಬೈಬೇಡ ನೀನು, ನಾ ಎಲ್ಲಿಗೂ ಬರುದಿಲ್ಲ ಹೋಗು ವಾಪಾಸ್ಸು ನೀನು' ಎಂದು ಅಳುತ್ತಾ ಗೋದಾವರಿಯ ಹಿಂದಡಗಿದೆ. ನಂತರ ಬೊಮ್ಮು ಏನೇನೋ ಹೇಳಿ, ನಾಳೆ ಮುರಗಲಣ್ಣು, ಸಂಪಿಗೆ ಹಣ್ಣೆಲ್ಲಾ ತಂದುಕೊಡ್ತೀನಿ ಎಂದು ಬೆಣ್ಣೆ ಸವರಿ, ತನ್ನ ಅಂಬಾರಿ ಸೈಕಲ್ಲಿನ ಹಿಂದೆ ಕೂರಿಸಿಕೊಂಡು ಮನೆಗೆ ಕರೆದೊಯ್ದ. ದಾರಿಯುದ್ದಕ್ಕೂ ಅಳುತ್ತಿದ್ದ ನನ್ನನ್ನು 'ಯಾರೂ ಬೈಯುವಿಲ್ಲಾ ಕೂಸೆ' ಎಂದು ಸಮಾಧಾನ ಮಾಡುತ್ತಾ ಮನೆಗೆ ಕರೆತಂದ.

ಫಲಿತಾಂಶ ಕೇಳಲು ಹೋದವರೆಲ್ಲಾ ಬಂದು ಎರಡು ತಾಸಾದರೂ ನಾನಿನ್ನೂ ಮನೆ ಸೇರದಕ್ಕೆ ಅಮ್ಮನಿಗೆ ಅಪ್ಪ-ಅಜ್ಜಿಯಿಂದ ಸಿಟ್ಟಿನೋಕುಳಿಯಾಗಿ, ನಂತರ ಅಮ್ಮನಿಗೂ ಒಳಗೊಳಗೇ ಭಯವಾಗಿ ನಡುಕವುಂಟಾಗಿತ್ತಂತೆ. ಬಿಸಿಲೆನ್ನದೇ ದಣಪೆಯಲ್ಲಿ ಅಳುತ್ತಾ ನಿಂತವಳನ್ನು ಅಜ್ಜಿಯೇ ಸಮಾಧಾನ ಮಾಡಿ ಕೊಟ್ಟಿಗೆಯಲ್ಲಿ ಕುಳ್ಳಿಸಿದ್ದರಂತೆ. ಮಗಳೊಂದು ಸುರಳಿತವಾಗಿ ಮನೆಗೆ ಬರಲಿ ಎಂದು ಅಮ್ನೋರಿಗೆ ಹಣ್ಕಾಯಿ ಹೇಳಿಕೊಂಡಿದ್ದರಂತೆ, ಈ ರೀತಿ ಅತ್ತೆ ಸೊಸೆ ಕಣ್ಣು ಮೂಗು ಒರೆಸಿಕೊಂಡು ಸೊರ್ ಬರ್ವೆನ್ನುವಾಗಲೇ ಬೊಮ್ಮುವಿನ ಸೈಕಲ್ ಟ್ರಿನ್ ಟ್ರಿನ್ ಎಂದಿದ್ದು. ನನ್ನನ್ನು ಕಂಡವಳು 'ಅಪ್ಪು, ಮಗಾ ಎಂದು ತಬ್ಬಿಕೊಂಡು ಮುದ್ದಿಸತೊಡಗಿದಳು, ಲೀಟರುಗಟ್ಟಲೇ ಕಣ್ಣೀರಲ್ಲಿ ಬೆನ್ನು ಒದ್ದೆಯಾಗಿತ್ತು. ಅದೇ ಕೊನೆ 'ಮೊದಲನೇ ನಂಬರ್' ಬರಬೇಕೆಂದು

ಅಮ್ಮನೆಂದೂ ಒತ್ತಾಯಿಸಲಿಲ್ಲ, ನಾನು ಬರಲೂ ಇಲ್ಲ. ಆದರೆ ಶ್ರೀ ಕ್ಷೇತ್ರ ಗೋರೆಗೆ ಹೋಗುವಾಗಲೆಲ್ಲಾ ಆ ಬಿಳಿಮುಳ್ಳೇಹಣ್ಣಿನ ಪ್ರಸಂಗವೇ ನೆನಪಾಗಿ ನಗು ಬರುತ್ತದೆ. ಈಗ ಅಲ್ಲಿ ಬರೀ ಮುಳ್ಳೇಹಣ್ಣಿನ ಗಿಡವಿಲ್ಲ, ಮಧ್ಯದಲ್ಲೊಂದು ಗೇರುಬೀಜದ ಕಾರ್ಖಾನೆ ತಲೆಯೆತ್ತಿದೆ.

17

ಮೂಕಪ್ರಾಣಿಗಳ ಮೂಕಪ್ರೇಮ

ಸೋಮ:

ಮುಂಚೆಯೆಲ್ಲಾ ಮನೆ ತುಂಬಾ ಜನ, ಕೊಟ್ಟಿಗೆ ತುಂಬಾ ದನ ಎನ್ನುವಂತಿತ್ತು. ಎರಡು ಜೆರ್ಸಿ, ಒಂದು ಎಮ್ಮೆ, ಒಂದು ಕಾಟು ಜಾತಿಗೆ ಸೇರಿದಷ್ಟು ಜನವಿದ್ದರು ನಮ್ಮನೆಯ ಕೊಟ್ಟಿಗೆಯಲ್ಲಿ. ಎಲ್ಲದಕ್ಕೂ ಮುದ್ದಾದ ಹೆಸರುಗಳಿದ್ದವು. ಎಲ್ಲವನ್ನೂ ಮನೆ ಮಕ್ಕಳಂತೆ ಕಾಣುತಿದ್ದೆವು. ಅದರಲ್ಲಿ ಕಾಟು ಜಾತಿಗೆ ಸೇರಿದ ಗಂಗೆಗೆ ಹುಟ್ಟಿದವನೇ ಸೋಮ. ಗುಂಡು ಗುಂಡಾಗಿ, ಸುಂದರಾಂಗನಂತಿದ್ದ. ಸೋಮವಾರ ಹುಟ್ಟಿದ್ದರಿಂದ ಸೋಮ ಎಂಬ ಹೆಸರೇ ಸರಿ ಎಂದು ಮನೆಯವರೆಲ್ಲಾ ತೀರ್ಮಾನಿಸಿದೆವು. ಸೋಮ ಹುಟ್ಟಿದ ವಾರದೊಳಗೆ ಗಂಗೆಗೆ ಶೀಕಾಗಿ ತೀರಿಕೊಂಡಳು. ಅಮ್ಮನಿಲ್ಲದ ಮಗು ಎಂದು ನಾನು, ನನ್ನ ತಂಗಿ ಅತ್ತಿದ್ದೇ ಅತ್ತಿದ್ದು. ಆದರಂವ ಒಂದೆರಡು ಸಲ ಅಂಬಾ ಎಂದು ಕೂಗಿ ನಂತರ ಉಳಿದ ದನಗಳ ನಡುವೆ ಹೊಂದಿಕೊಂಡ. ರಾತ್ರಿಯಾದರೆ ಅವನನ್ನು ಕೊಟ್ಟಿಗೆಯಿಂದ ಮನೆಗೆ ಕರೆತಂದು, ಗೋಣಿಚೀಲದ ಮೇಲೆ ಮಲಗಿಸುತ್ತಿದ್ದರು. ಅಪ್ಪ-ಅಮ್ಮ ಅಜ್ಜಿಯಂತೂ ಬಾಯಿಯಲ್ಲಿ ಬೇರೆ ಆಕಳ ಹಾಲು ಹಾಕಿ, ಸೋಮನ ಬಾಯಿಗಲಿಸಿ ಕುಡಿಸುತ್ತಿದ್ದರು. ಒಂದೆರಡು ವಾರದೊಳಗೆ ಹಸಿರು ಹುಲ್ಲು, ಹಣ್ಣೆ, ಸೊಪ್ಪುಗಳನ್ನೆಲ್ಲಾ ತಿಂದು ಅಕ್ಕಚ್ಚು ಕುಡಿಯುವಷ್ಟು ಬೆಳೆದ ಸೋಮ. ಸುಮಾರು ಮೂರು ವರ್ಷದ ತನಕ ನಮ್ಮ ಮನೆಯಲ್ಲೇ ಇದ್ದ. ನಂತರ ಊರಗೌಡ ನಾರಾಯಣ ತುಂಬ ಕೇಳಿದನೆಂದು ಅವನಿಗಾದರೂ

ಸಹಾಯವಾಗಲಿ ಎಂದು ಕೊಟ್ಟುಬಿಟ್ಟರು. ಹೊಟ್ಟೆಗೆ ಸಮಾ ಹಾಕು ಎಂಬ ಸೂಚನೆ ಕೊಟ್ಟೇ ಕಳುಹಿಸಿಕೊಟ್ಟೆವು. ಆದರೆ ಸೋಮನಿಗೆ ಅದು ಹೇಗೆ ತನ್ನನ್ನು ಬೇರೆ ಮನೆಗೆ ಕೊಡುತ್ತಾರೆಂದು ತಿಳಿಯಿತೋ? ಕಾಲನ್ನು ನೆಲಕ್ಕಂಟಿಸಿ ಕುಳಿತಿದ್ದ. ಎಳೆದರೂ ಬರಲೊಲ್ಲ. ಕೊನೆಗೆ ನಾರಾಣನೇ ಎತ್ತಿಕೊಂಡು ಮನೆಗೆ ಹೊತ್ತೊಯ್ದ. ಆ ದಿನ ನಮ್ಮ ಮನೆಯಲ್ಲಿ ಯಾರಿಗೂ ಊಟ ಸೇರಲಿಲ್ಲ.

ಪಕ್ಕದ ಕೇರಿಯಲ್ಲೇ ಗೌಡನ ಮನೆಯಾದ್ದರಿಂದ, ಎಲ್ಲಿಯಾದರೂ ಓಡಿ ಬಂದಾನೆಂದು ವಾರಗಟ್ಟಲೇ ಅವನನ್ನು ಕೊಟ್ಟಿಗೆಯಲ್ಲಿ ಕಟ್ಟಿಹಾಕಿಟ್ಟಿದ್ದರು. ನಾನು, ತಂಗಿ ನೋಡಲು ಹೋದರೂ ನೋಡಗೊಡಲಿಲ್ಲ. ಮೂಗ್ಗಾಳಿಯಿಂದಲೇ ನಮ್ಮನ್ನು ಗುರುತಿಸಿದ ಸೋಮ ಅಂಬೆಗುಟ್ಟತೊಡಗಿದ. ನಾರಾಣ ಬೈದು ಕಳಿಸಿದ ಮೇಲೆ ಸಪ್ಪೆ ಮುಖ ಮಾಡಿಕೊಂಡು ಬಂದವರನ್ನು ಸಮಾಧಾನಿಸಲು ಅಜ್ಜಿಗೂ, ಅಮ್ಮನಿಗೂ ಮಾತೇ ಇರಲಿಲ್ಲ. ನಿಧಾನಕ್ಕೆ ಸೋಮನನ್ನು ವಿಶ್ವಾಸಕ್ಕೆ ತೆಗೆದುಕೊಂಡ ನಾರಾಣ ಅವನನ್ನು ಗದ್ದೆಗೂ ಕರೆದುಕೊಂಡು ಹೋಗಿ ಉಳಲು ಅಭ್ಯಾಸ ಮಾಡಿಸತೊಡಗಿದ. ಆದರೂ ಅವರೆಲ್ಲರ ಕಣ್ತಪ್ಪಿಸಿ ನಮ್ಮನೆ ದಣಪೆಯಲ್ಲಿ ನಿಂತು ಕೂಗುತ್ತಿದ್ದ. 'ಎಷ್ಟು ಜಿರಾಜ್ಯ ಸೋಮ' ಎಂದು ಅಮ್ಮನೂ ಅಜ್ಜಿಯೂ ಅವನಿಗೆ ಅಕ್ಕಚ್ಚು ಕೊಡುತ್ತಿದುದು ನನಗಿನ್ನೂ ಕಣ್ಣಿಗೆ ಕಟ್ಟಿದಂತಿದೆ. ಇಂತಹುದೇ ದೃಶ್ಯಗಳು ಅನೇಕ ವರ್ಷಗಳ ಕಾಲ ಅಂದರೆ ಸೋಮ ಮುದಿಯಾಗುವ ತನಕವೂ ಪುನರಾವರ್ತನೆಯಾಗುತ್ತಿತ್ತು. ಆದರೆ ಸೋಮನ ಮನಸ್ಸಿನಲ್ಲಿ ಕೊನೆಕ್ಷಣದ ತನಕ ಮನೆಯವರು ಅಂದರೆ ನಾವೇ ಅಂತಿದ್ದುದು ಗೊತ್ತಾದದ್ದು ಅವನು ಸತ್ತಾಗಲೇ. ಸೋಮ ಇತ್ತೀಚೆಗೆ ಕೊಟ್ಟಿಗೆ ಬಿಟ್ಟು ಬಾರದಿದ್ದನ್ನು ಗಮನಿಸಿದ ಅಪ್ಪ, ನಾರಾಣನಲ್ಲಿ ವಿಚಾರಿಸಿ ಟಾನಿಕ್ ಕೊಟ್ಟು ಬಂದಿದ್ದರು. ಅಪ್ಪ ಟಾನಿಕ್ ಕೊಟ್ಟ ಬಂದ ಒಂದು ವಾರದೊಳಗೆ ಸ್ವಲ್ಪ ಚೇತರಿಸಿಕೊಂಡ ಸೋಮ ವಾಲಾಡುತ್ತ ನಮ್ಮನೆ ದಣಪೆಗೆ ಬಂದು ಮಲಗಿ ಬಿಟ್ಟಿದ್ದ. 'ಅವ್ನ ಕೊನೆ ಜೀಂವ ಎಳೆತಿದ್ದು, ಇಲ್ಲೆ ಇದ್ಕಳಿ ಬಿಡು' ಎಂದು ಅಜ್ಜಿ ಷರಾ ಎಳೆದ ಮೇಲೆ ನಾರಾಣನು ನೊಂದುಕೊಂಡು ಹೋಗಿದ್ದ. ಒಂದೆರಡು ದಿನದಲ್ಲೇ ಹೊಟ್ಟೆಗೂ ಸರಿ ತಿನ್ನದೇ ಕೊನೆಯುಸಿರು ಎಳೆದಿದ್ದ. ಅವನ ಮುಗ್ಧ ಪ್ರೇಮವ ನೆನೆಸಿಕೊಂಡು ನಾವೆಲ್ಲರೂ ಕಂಬನಿಗರೆಯುತ್ತಾ ಬೀಳ್ಕೊಟ್ಟಿದ್ದೆವು. ನಮ್ಮಲ್ಲಿ ಯಾವುದೇ ದನಕರುಗಳು ಸತ್ತರೂ ಅದನ್ನು ತೋಟದಲ್ಲಿ ಹೂಳಿ, ಅದರ ಮೇಲೆ ತೆಂಗನ್ನೋ, ಅಡಕೆಯ ಸಸಿಯನ್ನೋ ನೆಡುವುದು ರೂಢಿ. ಹೀಗೆ ಸೋಮನೂ ಯಾವುದೋ ತೆಂಗಿನ ಮರದ ಬುಡದಲ್ಲಿ ಬೆಚ್ಚಗೆ ಮಲಗಿದ್ದಾನೆ, ನನ್ನೊಡೆಯನ ಜಾಗವೆಂಬ ನೆಮ್ಮದಿಯಲ್ಲಿ.

ಅಶು:

ನಾಗೂರಲ್ಲಿದ್ದ ಅತ್ತೆ ಮನೆಯ ಕೊಟ್ಟಿಗೆಯಂತೂ ಕಣ್ಣಿಗೆ ಕಾಣಿಸುವಷ್ಟು ಉದ್ದಕ್ಕೂ, ಅಗಲಕ್ಕೂ ಇತ್ತು. ನಾಲ್ಕೈದು ಜೆರ್ಸಿ ದನಗಳನ್ನು ಮನೆಯ ಹೆಣ್ಮಕ್ಕಳಿಗಿಂತ ಜಾಸ್ತಿ ಪ್ರೀತಿ ಮಾಡುತ್ತಿದ್ದರು ಅತ್ತೆ. ಅವರ ಮನೆಯಲ್ಲಿ ದನ ಜಾಸ್ತಿ ಆದಾಗ ಸರಸ್ವತಿಯನ್ನು ಯಾರಿಗೋ ಕೊಡುವ ಬದಲು ತವರಿಗೆ ಕೊಟ್ಟರಾಯಿತು ಎಂದು ನಮ್ಮನೆಗೆ ಕಳುಹಿಸಿದರು. ಚಂದದ ಸರಸ್ವತಿಯೊಡನೆ ಬಂದವಳೇ 'ಅಶು'ಉರ್ಫ್ ಅಶ್ವಿನಿ. ತುಸುಗುಂಡಗಿದ್ದ ಸರಸ್ವತಿಗೆ ಬಿಳಿ ಕಪ್ಪು ಹಂಡೆಪಟ್ಟಿಯ ಅಶು ಹುಟ್ಟಿದ್ದು ಹೇಗೆ ಎಂಬುದು ನಮ್ಮ ಮಕ್ಕಳಿಗೆಲ್ಲಾ ಅಚ್ಚರಿಯ ವಿಷಯವಾಗಿತ್ತು. ನಮ್ಮ ಮನೆಯವರನ್ನು ಬಿಟ್ಟರೆ ಬೇರೆಯವರನ್ನು ಹತ್ತಿರವೂ ಸೇರಿಸಿಗೊಡದ ಅಶುವಿಗೊಮ್ಮೆ, ಇಂಜೆಕ್ಷನ್ ಕೊಡಲು ಹ್ಯಾಟು, ಕೋಟು, ಬೂಟು ತೊಟ್ಟು ಹೊಸದಾಗಿ ಊರಿಗೆ ಬಂದ ಪಶುವೈದ್ಯರೊಬ್ಬರು ಬಂದಿದ್ದರು. ಅವರ ವೇಷಭೂಷಣಕ್ಕೋ, ಪ್ರಾಣಿಗಳೆಂದರೆ ಚೂರೂ ಪ್ರೀತಿಯಿರದ ಅವರ ಒರಟು ಸ್ಪರ್ಶಕ್ಕೋ ಏನೋ, ಅಶುವಿಗೆ ಕೋಪವುಕ್ಕಿ ಕಟ್ಟಿದ್ದ ಹಗ್ಗ ತುಂಡರಿಸಿ ಹೊರಗೋಡಿ ಬಂದಿದ್ದಳು. ಕೊಟ್ಟಿಗೆಯಿಂದ ಅಂಗಳದಲ್ಲೆಲ್ಲಾ ಓಡಾಡಿ, ಬಾವಿಯಂಚಿನಲ್ಲಿನ ಪಾಗಾರವನ್ನು ಕೆಡವಿಕೊಂಡು ಎದುರಿನ ಮಾಸ್ತಿ ಮನೆಗೆ ಹಾರಿದ್ದಳು. ಅಶುವನ್ನು ಹಿಡಿಯಲು ಅವಳ ಹಿಂದೆ ಜಿಗಿದು ಬಂದ ಅಮ್ಮನನ್ನು ಅಜ್ಜಿ ಕೈ ಹಿಡಿದು ಎಳೆಯದಿದ್ದರೆ ಅಚಾತುರ್ಯವೇ ಆಗಿ ಹೋಗುತ್ತಿತ್ತು. 'ಹೊಬ ಹೊಬ' ಎಂಬ ಹತ್ತೆಂಟು ಅಪರಿಚಿತರ ಗಂಡಸರ ದನಿಗೆ ಮತ್ತಷ್ಟು ಕಂಗಾಲಾದ ಅಶುವನ್ನು ಕೊಟ್ಟಿಗೆಗೆ ಎಳೆದು ತಂದು ಕಟ್ಟುವಷ್ಟರಲ್ಲಿ ಎಲ್ಲರಿಗೂ ಸಾಕೇಸಾಕಾಗಿತ್ತು. 'ಇಂತಾ ವಿಚಿತ್ರ ದನನಾ ಎಲ್ಲೂ ನೋಡಿಲ್ಲ' ಎಂದು ಟಸ್ಸು ಪುಸ್ಸೆಂದು ಇಂಗ್ಲೀಷ್ ಮಿಶ್ರಿತ ಕನ್ನಡದಲ್ಲಿ ಹೇಳಿದವನಿಗೆ, 'ತಮ್ಮಾ ನೀ ಬಂದಿದ್ದು ಪಿಚ್ಚರ್ ತಾಕೀಸ್ಗಲ್ಲ, ಕೊಟ್ಗಿಗೆ, ಯಾವ್ ಬದಿಗ್ ಎಂತಾ ಅಂಗಿ ಹಾಕ್ಕ ಬರುಕಂತ ಗುತ್ತಾಗುದಿಲ್ವಾ ನಿಂಗೆ? ನಿನ್ನ್ ಇಂಜೇಷನ್ನು ಬೇಡಾ ಎಂತಾ ಬೇಡಾ, ನಡೆ ನಡೆ' ಎಂದು ಬೈದ್ಹೋಡಿಸಿದಳು ಅಜ್ಜಿ. ಅಂದು ಬಂದವರಿಗೆಲ್ಲಾ ಬಾಯಾರಿಕೆ ಎಂದು ಮನೆಯಲ್ಲಿದ್ದ ಮಜ್ಜಿಗೆ ಅರ್ಧಕ್ಕರ್ಧ ಖಾಲಿಯಾಗಿ, ಅಜ್ಜಿಯ ಎಲೆಯಡಿಕೆ ಚೂರು ಕಮ್ಮಿ ಆಗಿದ್ದಷ್ಟೆ ಬಂತು.

ಹೀಗಿರುವಾಗ, ಅಶು ಬಸುರಿಯಾದಳು, ಅದ್ಕೆ ಬಯ್ಕೆ ಇರಬೇಕು ಅಂತ ಕಷಾಯ, ದೋಸೆ, ಅನ್ನ, ಗಂಜಿ, ಶೇಂಗಾ ಹಿಂಡಿಗಳು ಯಥೇಚ್ಛವಾದವು. ನಾವು ಮಕ್ಕಳು ಕದ್ದು ಮುಚ್ಚಿ ಹಿಂಡಿಯನ್ನು ಅಶುವಿಗೆ ಕೊಟ್ಟು ಅದು ಖುಶಿಯಿಂದ ತಲೆಯಲ್ಲಾಡಿಸಿ ತಿನ್ನುವುದು ಕಂಡು ನಮಗೂ ಮನಸ್ಸು ತೃಪ್ತಿಯಾಗಿ ಅದರ ಹೊಟ್ಟೆ ಮುಟ್ಟಿ ಬರುತ್ತಿದ್ದೆವು. ತಿಂಗಳ ತುಂಬಿ ನೋವಿನಿಂದ ಕೂಗುವಾಗ

ನಮ್ಮದೇ ಅಕ್ಕನೋ, ತಂಗಿಯೋ ನೋವಿನಿಂದ ನರಳುತ್ತಿದ್ದಾಳೆಂದು ನಾವೆಲ್ಲ ಸಂಕಟ ಪಡುತ್ತಿದ್ದೆವು. ಕರುವು ತಿರುಗಿ ನಿಂತಿರುವುದರಿಂದ ತುಂಬಾ ಪ್ರಸವ ವೇದನೆ ತಿಂದ ಅಶು ಸುಸ್ತಾಗಿ ಮಲಗಿದ್ದಳು. ಎಲ್ಲವೂ ಸರಿಯಿರುವಾಗ ಏನಾದರೊಂದು ಸಮಸ್ಯೆಯಾಗದಿದ್ದರೆ ಅದನ್ನು ಬದುಕೆಂದು ಕರೆಯುವರೆ? ಆರಾಮಾಗಿಯೇ ಇದ್ದ ಅಶುವು ತನ್ನ ಹಾಲು ತಾನೇ ಕುಡಿಯಲು ಶುರು ಮಾಡಿದ್ದಳು. ಪಶುವೈದ್ಯರ ಪ್ರಕಾರ ಇದೊಂದು ಮದ್ದಿಲ್ಲದ ಅಪರೂಪದ ಖಾಯಿಲೆ. ಮಂಡೆಸಮಾ ಇಲ್ಲದ ದಲ್ಲಾಳಿಯೊಬ್ಬ ಬಂದು ಹೀಗಾದರೆ ಮನೆಗೆ ಕಂಟಕ ಎಂದು ಅಜ್ಜಿಯ ತಲೆ ತುಂಬಿದ. ಜ್ಯೋತಿಷ್ಯಗಳನ್ನೇ ನಂಬದ ಅಜ್ಜಿ ತನ್ನ ಲಾಭಕ್ಕಾಗಿ ಸುಳ್ಳು ಹೇಳಿದ ದಲ್ಲಾಳಿಯ ಮಾತನ್ನು ಹೇಗೋ ನಂಬಿ ಬಿಟ್ಟಿದ್ದಳು. ಮನೆಯಲ್ಲಿ ಅಶುವನ್ನು ಮಾರುವ ಸಲುವಾಗಿ ಒಂದೇ ಸಮನೆ ರಂಪ ರಾಮಾಯಣ, ನಮಗಾರಿಗೂ ಅವಳನ್ನು ಕೊಡುವ ಮನಸಿಲ್ಲ, ಅಜ್ಜಿ ಕೇಳಲೊಪ್ಪಳು. ಕೊನೆಗೆ ಅಜ್ಜಿಯ ಹಠವೇ ಗೆದ್ದು ಅಶುವನ್ನು ಸಿದ್ದಾಪುರದ ಸಮೀಪ ಯಾವುದೋ ಹೆಗಡೆರಿಗೆ ಕೊಡುವುದಂತಾಯ್ತು, ಈ ವಿಷಯವೇ ತಿಳಿಯದ ಮಕ್ಕಳು ನಾವು ಶಾಲೆಯಿಂದ ಬರುವಾಗ ದಲ್ಲಾಳಿ ಮಾಮನ ಗಾಡಿ ಕಂಡು ಶಂಕಿತರಾಗಿ ಓಡೋಡಿ ಬರುವಷ್ಟರಲ್ಲಿ, ಗೂಡ್ಸ್ ಲಾರಿಯನ್ನು ಏರದ ಹಸುವನ್ನು ಬಲಾತ್ಕಾರವಾಗಿ ಹತ್ತಿಸುತ್ತಿದ್ದರು. ಕಣ್ಣಲ್ಲಿ ನೀರು ಸುರಿಸುತ್ತಾ ಹೊರಟ ಅಶುವನ್ನು ಕಂಡು ನಾನು, ತಂಗಿ, ಅಮ್ಮ ತಬ್ಬಿಕೊಂಡು ಬಿಕ್ಕುತ್ತಿದ್ದೆವು. ಯಾವತ್ತೂ ದುಃಖ ತೋರಿಸಿಕೊಳ್ಳದ ಅಪ್ಪನೂ ಅಳುವ ಹತ್ತಿಕ್ಕಿ ತೋಟಕ್ಕೆ ನಡೆದರು. ಎಲ್ಲಾ ಭಾವಗಳಿಂದ ದೂರವಾಗಿ ಕುಳಿತ ಅಜ್ಜಿಯ ಮೇಲೆ ಮೊದಲ ಬಾರಿಗೆ ಕೋಪವುಕ್ಕಿತ್ತು. ಅಜ್ಜಿಯ ಹತ್ತಿರ ಛಾಳಿ ಟೂಬಿಟ್ಟು ವಾರವಾದ ಮೇಲೂ ನಮ್ಮ ಕೋಪ ಕರಗದಿರುವಾಗ ಅಮ್ಮನೇ ನಮ್ಮನೆಲ್ಲ ಸಂಧಾನ ಮಾಡಿ ಮಾತನಾಡಿಸಿದ್ದಳು.

ಇದೆಲ್ಲಾ ನಡೆದು ತಿಂಗಳೆರಡರ ನಂತರ, ಒಂದು ದಿನ ಶಾಲೆಯಿಂದ ಮನೆಗೆ ಬಂದಾಗ ದಲ್ಲಾಳಿ ಮಾಮನ ಚಪ್ಪಲಿ ನೋಡಿ ಕೋಪಗೊಂಡು ಅದನ್ನು ಬೇರೆ ಬೇರೆ ದಿಕ್ಕಿಗೆ ಎಸೆದು ಮನೆಯೊಳಗೆ ಬರುವಾಗ ಗುಸು ಗುಸು ಎಂಬ ಗುಟ್ಟಿನ ದನಿ ಕೇಳಿ ಕುತೂಹಲದಿಂದ ಕಿವಿಗೊಟ್ಟು ಕುಳಿತೆವು. ಅಶು ಸತ್ತೋತು ಹೇಳಿ ನಮ್ಮನೇ ಮಕ್ಳಗೆ ಮಾತ್ರ ಹೇಳಡಿ ಅಣ್ಣ. ಎಲ್ಲೋ ಆರಾಮಿದ್ದು ಹೇಳೆ ಸಮಾಧಾನ ಮಾಡ್ಕಂಜ ಈಗ' ಎಂದು ಅಮ್ಮ ಸಣ್ಣಕೆ ದಲ್ಲಾಳಿ ಮಾಮನಲ್ಲಿ ಹೇಳುತಿದ್ದಳು. 'ಅಶು ಇನ್ನಿಲ್ಲ' ಎಂಬ ಮಾತನ್ನು ಅರಗಿಸಿಕೊಳ್ಳಲು ಇಂದಿಗೂ ನನಗಾಗಿಲ್ಲ. ಈ ಭಾವಬಂಧವೇ ಬೇಡ ಎಂದು ಗೊಡ್ಡು ದನವೇ ಆದರೂ ಇಂದಿಗೂ 'ಗೌರಿ'ಯೊಬ್ಬಳನ್ನೇ ಅಶುವಿನ ನೆನಪಲ್ಲಿ ಎಲ್ಲರೂ ಸಾಕುತ್ತಿದ್ದೆವು. ಈಗ ಅವಳೂ ಇಲ್ಲದ ಕೊಟ್ಟಿಗೆಯೂ ಖಾಲಿ, ಥೇಟ್ ನಮ್ಮ ಮನದಂತೆ.

18

ತುಂಟ ಪೊಕ್ಕಣ್ಣ ಮತ್ತು ಕಡುಮಡಿಯ ಅಜ್ಜಿ

ಬೆಳಗಾತ ನಸುಕಲ್ಲೆ ಎದ್ದು ಪ್ರಾತಃವಿಧಿ ಮುಗಿಸುವ ಅಜ್ಜಿಯ ಮೊದಲ ಕೆಲಸವೆಂದರೆ ಕೊಟ್ಟಿಗೆಗೆ ಹೋಗಿ ಒಂದಿಷ್ಟು ಗೋಮೂತ್ರವ ಮೈಗೂ ಹೊಟ್ಟೆಗೂ ಸಿಂಪಡಿಸಿಕೊಂಡು, ಆಕಳಿಗೆಲ್ಲಾ ಮೈದಡವಿ ಮಾತನಾಡಿಸಿ, ಒಂದು ಕಟ್ಟು ಹುಲ್ಲು ಹಾಕಿ, ಗೋಮಯ ತೆಗೆದುಕೊಂಡು ಬರುವುದು. ಗೋಮಯದಿಂದ ಒಲೆಕಟ್ಟೆಯನ್ನೆಲ್ಲಾ ಸಾರಿಸಿ, ನಿನ್ನೆಯ ಮುಸುರೆ ಪಾತ್ರಗಳನ್ನೆಲ್ಲಾ ಹೊರಗೆ ಹಾಕಿ, ನಂತರ ಒಲೆಹಚ್ಚಿ ಹೊಗೆಕಂಪಿನ ತಲೆ ತಿರುಗುವಷ್ಟು ಕುದಿಸಿದ ಚಾ ಮಾಡಿ ಮಗ–ಸೊಸೆಗೂ ಚೂರು ಕೊಟ್ಟು, ಶಿವ ಶಿವ ಎಂದು ಬಾಗಿಲ ಬಳಿ ಸ್ವಲ್ಪ ಹೊತ್ತು ಕುಳಿತುಕೊಳ್ಳುವುದು. ಆಕಳೆಂದರೆ ದೇವರೆಂಬಂತೆ ಕಾಣುವ ಅಜ್ಜಿಗೆ ಉಳಿದ ಪ್ರಾಣಿಗಳೆಂದರೆ ಅಷ್ಟಕಷ್ಟೆ. ಅದರಲ್ಲೂ ನಾಯಿ ಬೆಕ್ಕು ಕಂಡರೆ ಚೊಂಬಲ್ಲಿ ನೀರು ಹಿಡಿದುಕೊಂಡೇ ತಿರುಗುವಷ್ಟು ಕೋಪ, ತನ್ನ ಮಡಿ ಹಾಳು ಮಾಡುತ್ತವೆ ಅವು ಎಂದು. ಅದಕ್ಕೆ ಸರಿಯಾಗಿ ಬರುವ ಕಳ್ಳಬೆಕ್ಕೊಂದು ಹಾಲಿನ ಪಾತ್ರೆ ಬೀಳಿಸಿ ಹಾಲು ನೆಕ್ಕುವುದು, ಗೋಗ್ರಾಸಕ್ಕೆ ತೆಗೆದಿಟ್ಟ ಅನ್ನವನ್ನು ತಿನ್ನುವುದನ್ನೆಲ್ಲಾ ಮಾಡಿ ಪರಾರಿಯಾಗುತ್ತಿತ್ತು. ಹೊಂಚು ಹಾಕಿ ಹಿಡಿಯಲು ಪ್ರಯತ್ನಿಸಿದರೂ ಕೈಗೆ ಸಿಗದ ಕಳ್ಳಬೆಕ್ಕಿನಿಂದ ಇಡೀ ನಾಯಿ–ಬೆಕ್ಕು ಸಂಕುಲವೇ ಅಜ್ಜಿಯ ಶಾಪವನ್ನು ಕೇಳಿಸಿಕೊಳ್ಳಬೇಕಾಗಿತ್ತು. ಬೆಕ್ಕಿನ ತಲೆ ಕಂಡರೂ ಕಾಲಪ್ಪಳಿಸಿ 'ತಲೆ ಕುಟ್ಟುಲೇ ತಂದಿ' ಎಂದು ಬೊಬ್ಬರಿಯುತ್ತಿದ್ದಳು. ಪೇಟೆಂಟ್ ಇದ್ದ ಈ ಡೈಲಾಗ್ನು ಯಾರಾದರೂ ಗೇಲಿ ಮಾಡಿದರೆ ಅವರ ಗ್ರಹಚಾರ ಬಿಡಿಸುತ್ತಿದ್ದಳು.

ಹೀಗಿರುವಾಗ ಮಾರುಮನೆ ಹಿತ್ಲಿನ ನಾಗ್ರಾಜಣ್ಣ ನಾಯಿಮರಿಯೊಂದನ್ನು ಸಾಕತೊಡಗಿದ. ಮೊದಲೇ ಶ್ವಾನ ಪ್ರೇಮಿಗಳಾಗಿದ್ದ ನಾನು ತಂಗಿ

ರಜೆಯಿದ್ದಾಗಲೆಲ್ಲ ಅವರ ಮನೆಗೆ ಹೋಗಿ ನಾಯಿಯೊಟ್ಟಿಗೆ ಆಡಿ ಬರುವುದು ಮಾಡುತ್ತಿದ್ದೆವು. ಚೂರು ಸಲಿಗೆ ಆದ ನಂತರ ಎರಡನೇ ಸುತ್ತಿನ ಊಟಕ್ಕೆ ನಮ್ಮನೆಗೆ ಬಂದು ಉಂಡು, ಚೂರು ಮಲಗಿ ಚಾ ಸಮಯದಲ್ಲಿ ಹಾಕುವ ಕುರುಕು ತಿಂದು ಮನೆಗೆ ಹೋಗುವುದು ಅವನಿಗೆ ರೂಢಿಯಾಯ್ತು. ನಾಗ್ರಾಜಣ್ಣ ಚಂದನೆಯ ಹೆಸರಿಟ್ಟಿದ್ದರೂ, ಸತೀಶಣ್ಣ ಕೊಟ್ಟ ಪೊಕ್ಕ ಎಂಬ ಹೆಸರು ನಮ್ಮ ಮಕ್ಕಳಿಗೆ ಬಹಳವೇ ಸೊಗಸೆನಿಸಿ, ಪೊಕ್ಕಣ್ಣನೆಂದು ಮರಳಿ ನಾಮಕರಣವಾಯ್ತು. ಇತ್ತ ಜಯರಾಮಜ್ಜನ ಮನೆಯಲ್ಲೊಂದು ಪಂಡು ಎಂಬ ಮುದಿಯನಿದ್ದ. ಅವನು ಬೆಳಗಿನ ದೋಸೆ ಪಾಳಿಗಷ್ಟೆ ಬರುವವನು. ಪರಮ ವೈರಿಗಳಾದ ಪಂಡು ಮತ್ತು ಪೊಕ್ಕಣ್ಣನಿಗೆ ನಮ್ಮ ಮನೆಯೇ ಗಡಿ. ಅವನು ಬಂದಾಗ ಇವನು ಬರನು, ಇವನು ಬಂದಾಗ ಅವನು ಬರ. ಅದು ಹೇಗೆ ಲಿಖಿತವಿಲ್ಲದೇ ಅದ್ಯಾವ ಪಂಚಾಯ್ತದಲ್ಲಿ ಒಪ್ಪಂದ ಮಾಡಿಕೊಂಡರೋ ನಮಗಿನ್ನೂ ಗೊತ್ತಾಗಲೇ ಇಲ್ಲ.

ಈ ಪೊಕ್ಕಣ್ಣ ಶತ ತುಂಟ, ಕಣ್ಣಲ್ಲೇ ಅವನ ತುಂಟತನ ಇಣುಕುತ್ತಿತ್ತು. ಒಂದು ಕಿವಿ ನೆಟ್ಟಗೆ ಮಾಡಿ, ಮತ್ತೊಂದನ್ನು ಮಡಿಸಿದ ಅಂದರೆ ಅವನೇನೋ ತರಲೆ ಮಾಡುತ್ತಾನೆಂದು ನಮಗೆ ಖಾತ್ರಿಯಾಗಿತ್ತು. ಮಟ ಮಟ ಮಧ್ಯಾಹ್ನ ಎಣ್ಣೆ ಪಳಚಿಕೊಂಡು ಹಂಡೆತುಂಬಾ ಬೀಸಿನೀರನ್ನು ಸ್ನಾನ ಮಾಡಿ, ಒದ್ದೆ ಸೀರೆಯನ್ನುಟ್ಟು ಬರುವ ಅಜ್ಜಿಗೆ ಅಡ್ಡಲಾಗಿಯೇ ಮಲಗುತ್ತಿದ್ದ ಪೊಕ್ಕಣ್ಣ. ಅವನು ಮಲಗಬಾರದೆಂದು ಕೊಡಪಾನಗಟ್ಟಲೆ ನೀರು ಹೊಯ್ದಿಟ್ಟು ಸ್ನಾನಕ್ಕೆ ಹೋಗುತ್ತಿದ್ದರು. ಆದರೂ ಕಾಲು ಒರೆಸುವ ಗೋಣಿಚೀಲವನ್ನೆಳೆದುಕೊಂಡು ಬೇಕಂತಲೇ ಬಚ್ಚಲಮನೆ ಬುಡದಿ ಮಲಗಿ ಸತಾಯಿಸುತ್ತಿದ್ದ ಅಂವ. ಅಜ್ಜಿ ಬಚ್ಚಲ ಮನೆ ಬಾಗಿಲು ತೆಗೆಯುವಷ್ಟರಲ್ಲಿ ಛಂಗನೆ ಜಿಗಿದು ನಾಲಗೆ ಅಣುಕಿಸಿ ಅವಳ ಕೋಪ ನೆತ್ತಿಗೇರುವಂತೆ ಮಾಡುತ್ತಿದ್ದ. ಒದ್ದೆ ಸೀರೆ ಕಳಚಿ ಮಡಿಸೀರೆಯನ್ನುಟ್ಟು ಮಡಿನೀರು ತೆಗೆದುಕೊಂಡು ಬರುವಾಗ ಗಿರಗುಟ್ಟುವ ಅವನ ಬಾಲವೇನಾದರೂ ಸೋಕಿತೋ, ಹಿಡಿಶಾಪ ಹಾಕುತ್ತ ಮತ್ತೆ ಸ್ನಾನ ಮಾಡಿ ಬರುತ್ತಿದ್ದಳು. ಮರುದಿನ ಪೊಕ್ಕಣ್ಣನ ಮೇಲಿನ ಸಿಟ್ಟೆಲ್ಲಾ ಪಂಡುವಿನ ಮೇಲಿನ ಪ್ರೀತಿಯಾಗಿ ಪರಿವರ್ತನೆಯಾಗುತ್ತಿದ್ದುದರ ಅರಿವು ಅವಳಿಗಿರಲೇ ಇಲ್ಲ.

ನಾವು ಕ್ಕೋ ಕ್ಕೋ, ಕಬ್ಬಡಿ, ಕುಂಟಾಬಿಲ್ಲೆಯಾಡುವಾಗ ನಾನು ಒಬ್ಬ ಆಟಗಾರನೆಂದು ತೋರಿಸಿಕೊಳ್ಳಲು ಮಧ್ಯ ನುಗ್ಗಿ ನಮ್ಮನ್ನು ಬೀಳಿಸಿಯೇ ಬಿಡುತ್ತಿದ್ದ. ಕಣ್ಣಾ ಮುಚ್ಚಾಲೆಯಾಡುವಾಗಲಂತೂ ನಾವು ಅಡಗಿದ್ದಲ್ಲಿಯೇ ಶ್ವಾಸ ಬಿಡುತ್ತಾ ಕುಳಿತು ಬೇಗ ಸೋಲುವಂತೆ ಮಾಡುತ್ತಿದ್ದ. ಮುಟ್ಟಾಟ ಆಡುವಾಗ ಕಿವಿಗೆ ಗಾಳಿಹೊಕ್ಕಿದ ಮಳ್ಳು ಪ್ರೇತದ ತರಹ ಎಲ್ಲೆಂದರಲ್ಲಿ ಓಡಾಡಿ

ದಾಂಧಲೆಯಬ್ಬಿಸುತ್ತಿದ್ದ. ಪರೀಕ್ಷೆಗೆ ಓದಲೆಂದು ತೋಟದ ಪಾಗಾರದಲ್ಲಿ ಕುಳಿತಾಗ ಬಂದವನ ನಿರ್ಲಕ್ಷಿಸಿದೆವೆಂದು, ಬೇಕಂತಲೇ ಓಡೋಡಿ ಬಂದು ಗಕ್ಕನೆ ನಿಂತು ಗಮನ ಸೆಳೆಯಲು ನೋಡಿದ್ದಿದೆ. ಚೂ, ಹಾ ಎಂದು ಮಂಗನ ಓಡಿಸಿದರೆ ಇವನೂ ನಿಂತು ಗುರ್ರಂದಿದ್ದಿದೆ. ಮಳೆಗಾಲದಲ್ಲಿ ಒಮ್ಮೊಮ್ಮೆ ರಾತ್ರಿ ಮನೆಗೆ ಹಿಂತಿರುಗಲೂ ಆಗದೇ ನಮ್ಮನೆಯಲ್ಲಿ ಇದ್ದಾಗ ನಮಗಂತೂ ಅವನ ಹಾಸಿಗೆ ಮಾಡುವ ಸಂಭ್ರಮ. ಗೋಣಿಯ ಮೇಲೆ ಸಿಮೆಂಟ್ ಚೀಲ, ಅದರ ಮೇಲೆ ತಿರುಗಿ ತಿರುಗಿ ಮುದುಡಿಕೊಂಡು ಮಲಗಿದ ಮೇಲೆ ಅವನ ಮೇಲೆ ಮತ್ತೊಂದು ದಿನಪತ್ರಿಕೆ, ಗೋಣಿಯನ್ನು ಹೊದೆಸಿ ಮಲಗುತ್ತಿದ್ದೆವು. ಮೈಮೇಲಿನ ಹೊದಿಕೆ ಬೆಳಗಾಗುವಷ್ಟರಲ್ಲಿ ಕೆಳಗಡೆಗೆ ಹಾಸಾಗಿರುತ್ತಿತ್ತು.

ನಾನು ಧಾರವಾಡದಿಂದ ಮನೆಗೆ ರಜೆಕ್ಕೆಂದು ಬಂದಾಗ ಕೈ ಕಾಲು ಮುಖ ತೊಳೆಯುವುದರಲ್ಲಿ ನಮ್ಮನೆಯಲ್ಲಿರುತ್ತಿದ್ದ. ತುಂಬಾ ದಿನಗಳ ನಂತರ ನೋಡಿದ ಖುಶಿಗೆ ಕುಸುಗುಟ್ಟುತ್ತಾ ಕಾಲು ಸುತ್ತಿ, ಮೈಮೇಲೆ ಹಾರಿ ಮುದ್ದಿಸುತ್ತಿದ್ದ. ಅವನಿಗೆ ನಾಮವಿಟ್ಟು ದುಪ್ಪಟ್ಟದ ಅಂಗಿ ಹಾಕಿ, ಎಲೆಯ ಕಿರೀಟ ಮಾಡಿ ಅಲಂಕರಿಸಿ 'ರಾಜಾಧಿರಾಜ ಪೊಕ್ಕೇಶ್ವರ' ಎಂದೆಲ್ಲಾ ನಾವು ನಗುವಾಗ ಅವನಿಗೂ ಖುಶಿಯಾಗಿ ಅಂಗಳದ ತುಂಬೆಲ್ಲಾ ಓಡಾಡಿ ದುಪ್ಪಟ್ಟಾವನ್ನು ಕೆಳಗೆ ಚೆಲ್ಲಿ ಕಚ್ಚಿಕೊಂಡು ಓಡುತ್ತಿದ್ದ. ಒಂದಿನ ಬೊಮ್ಮು ಬಂದು 'ಪೊಕ್ಕಣ್ಣ ಹೋದ್ನಂತಲ್ರಾ' ಎಂದಿದ್ದಾಗ ತಂಗಿ ಬಿಕ್ಕುತ್ತಾ ಫೋನ್ ಮಾಡಿದ್ದು ಎಲ್ಲವೂ ನಿನ್ನೆ ಮೊನ್ನೆಯ ಹಾಗಿದೆ. ಅವನಿಲ್ಲದೇ ಆರೇಳು ವರುಷವೀಗ.

19

ಕಣ್ಣಪ್ಪಿನಂತಹ ತಂಪಿನ ಕಾಡು ಹಣ್ಣುಗಳು

ದಣಪೆ ಕಟ್ಟೆಯಲ್ಲಿ ನಿಂತರೆ ಕಾಣುವ ನೇರಳೆ, ಕಾಡುಸಂಪಿಗೆ ಮರಗಳು, ಬಾವಿಕಟ್ಟೆ ಹತ್ತಿರ ಇಣುಕಿದರೆ ಕಾಣುವ ಬಿಂಬಲ, ಕುಸುಮಾಲೆ ಹಣ್ಣಿನ ಗಿಡಗಳು, ಇವನ್ನೆಲ್ಲಾ ಮನಸ್ಸೋ ಇಚ್ಛೆ ಮೇಯಲು ಬೇಸಿಗೆ ಬರುವುದನ್ನೇ ನಮ್ಮ ಮಕ್ಕಳ ಸೈನ್ಯ ಕಾತರದಿಂದ ಕಾಯುತ್ತಿತ್ತು. ಆಕಾಶದೆತ್ತರಕ್ಕೆ ಬೆಳೆದ ನೇರಳೆ ಮರದ ಎಲೆಯನ್ನು ಕೂಡಾ ಮುಟ್ಟುವುದು ಸಾಧ್ಯವಾಗುತ್ತಿರಲಿಲ್ಲ. ಕಪಿರಾಯರು ತಮ್ಮ ಕುಟುಂಬದೊಡನೆ ಆಗಮಿಸಿ ಮೃಷ್ಟಾನ್ನ ಭೋಜನಗೈದ್ದು ಕುಣಿದು ಕುಪ್ಪಳಿಸುವಾಗ ಕೆಳಗುದುರುವ ನೇರಳೆಹಣ್ಣುಗಳನ್ನು ಪೆಟ್ಟಾಗದಂತೆ ಸಂಗ್ರಹಿಸಲು ಮನೆಯಲ್ಲಿನ ಹಳೆಯ ಸೀರೆಯನ್ನು ಹಿಡಿದು ನಿಲ್ಲುತ್ತಿದ್ದೆವು. ಬಾಯೆಲ್ಲಾ ನೀಲಿಗಟ್ಟಿಸಿಕೊಂಡು ಹೊಟ್ಟೆ ತುಂಬಾ ತಿಂದು ಮನೆಯಲ್ಲಿ ಬೈಯುತ್ತಾರೆಂದು ನಾಲಿಗೆಯನ್ನು ಉಮ್ಮಿಕರಿ ಹಾಕಿ ತಿಕ್ಕಿ ತಿಕ್ಕಿ ಸ್ವಲ್ಪವೇ ತಿಂದದ್ದು ಎಂಬಂತಾದಾಗ ಮನೆಯೊಳಗೆ ಹೋಗುತ್ತಿದ್ದೆವು. ಒಮ್ಮೆಯಂತೂ ಬೊಗಸೆ ತುಂಬಿದ ನೇರಳೆಹಣ್ಣನ್ನು ಮತ್ತಷ್ಟು ಸಂಗ್ರಹಿಸಲು ಹಾಕಿದ್ದ ಫ್ರಾಕನ್ನೋ, ಉದ್ದ ಲಂಗವನ್ನೋ ಎತ್ತಿ ನಿಂತು ತುಂಬಿಕೊಂಡು, ಹಣ್ಣಾದ ನೇರಳೆಯೆಲ್ಲಾ ಅದರ ರಸ ಬಿಟ್ಟು, ಬಿಳಿ ಚುಕ್ಕೆಯಂಗಿ ನೀಲಿಯಾಗಿತ್ತು. ಮರುದಿನ ಬಟ್ಟೆ ತೊಳೆಯುವಾಗ ಶುರುವಾದ ಸಹಸ್ರನಾಮ ಕೇಳಿಸಿಕೊಳ್ಳಲು ನಾನಂತೂ ಮನೆಯಲ್ಲಿರಲಿಲ್ಲ. ಯಾವ ಚೇಲವೂ ಸಿಗದೇ ಒಣಗಿಸಿಟ್ಟ ಅಜ್ಜಿಯ ಮಡಿಸೀರೆಯೆತ್ತಿಕೊಂಡು ಕತ್ತರಿಸಿ, ಕಾಡಿಗೆ ಹೊರಟಿದ್ದೆವು. ನಮ್ಮ ಕಾಡಿನ ತುದಿಯಲ್ಲಿ ಗೇರುಹಣ್ಣು, ಜಂಬೆ, ನೇರಳೆಯಂತಹ ವಿವಿಧ ಜಾತಿಯ ಹಣ್ಣಿನ ಮರಗಳಿವೆ. ದೊಡ್ಡವರು ಹೆದರಿಸಿಟ್ಟ ಕಳ್ಳರ ಕಥೆಯಿಂದಾಗಿ ಕಾಡಿನ ತುದಿಗೆ ಹೋಗಲು ಕೈಕಾಲೆಲ್ಲ ತರತರ. ಅದಕ್ಕಾಗಿ ಬೊಮ್ಮುವಿಗೆ ದುಂಬಾಲು ಬಿದ್ದು,

ಅತ್ತು, ಕಾಡಿಸಿ 'ಬೈದ್ರೆ ನಂಗುತ್ತಿಲಾ ಮತೆ' ಎಂದು ಹಿಂಜರಿಕೆಯಿಂದಲೇ ಹೊರಟನವ. ಮನೆಯವರ ಕಣ್ತಪ್ಪಿಸಿ ಸರಸರನೆ ಗುಡ್ಡ ಹತ್ತಿ ನೇರಳೆ ಮರದ ಬಳಿ ಬರುವಾಗ ಜಿಗಿದ ಮಂಗನಿಂದಾಗಿ ಅಜ್ಜಿಯ ಮಂತ್ರಗಳೆಲ್ಲಾ ಬಾಯಲ್ಲಿ ಅರ್ಚನೆಯಾದವು. ಇನ್ನೇನು ಹೆದರಿ ಓಡಬೇಕು ಬೊಮ್ಮುವಿನ ಪರಿವಾರ ಆಚೆಗುಡ್ಡದಿಂದ ಕೈಬೀಸುವುದು ಕಂಡು ಉತ್ಸಾಹ ಚಿಮ್ಮೆದ್ದು ಬಂತು. ಗುಡ್ಡೆಯ ಕೊನೆ ತಲುಪಿದಾಗ ತಂಗಾಳಿಯಲ್ಲಿ ತೇಲಿ ಬಂದ ಗೇರು ಹಣ್ಣಿನ ಪರಿಮಳಕೆ ಮತ್ತು ಬರಿಸುವ ತಾಕತ್ತಿತ್ತು. ಒಂದಿಷ್ಟು ನೇರಳೆ, ಸಂಪಿಗೆ ಹಣ್ಣು ತಿಂದು, ಅಜ್ಜಿಯ ಸೀರೆ ತುಂಡಿನಲ್ಲಿ ಒಂದಿಷ್ಟು ತುಂಬಿಕೊಂಡು, ಬಿಸಿಲು ನೆತ್ತಿಗೇರಿದಾಗ ಸುಸ್ತಾಗಿದ್ದೆವು. ಬೊಮ್ಮುವಂತೂ 'ಕೂಸೇ ನೋಡು ನಾ ಬಂದದ್ ಹೇಳ್ದೆ ನಾಳೆ ಗಣಪೊಡ್ಯನ ಮನೆ ಜಂಬೆಹಣ್ಣು ಕೊಯ್ಯುಕೀತು. ಅದ್ನ ಕೊಡುದಿಲ್ಲಾ ನಿಂಗೆ' ಅಂತ ಬೇರೆ ಹೆದರಿಸಿ ಹೋಗಿದ್ದ. ನಾನು, ತಿಮ್ಮಕ್ಕ, ರೂಪ, ಶಂಕ್ರ, ಸೋಮ ಎಲ್ಲರೂ ನಿಧಾನಕ್ಕೆ ಕೆಳಗಿಳಿಯುವಾಗಲೇ ಮಡಿಸೀರೆ ತುಂಡಾದ ಬಗ್ಗೆ 'ತಲೆಕುಟ್ಟುಲೇ ತಂದು' ಅಂತ ಅವರ ಪೇಟೆಂಟ್ ಶಬ್ದದೊಂದಿಗೆ ನಾಕೂರಿಗೆ ಕೇಳುವಂತೆ ಕೂಗಾಡುತ್ತಿದ್ದರು. ದಣಪೆ ದಾಟಲು ಭಯವಾಗಿ ಕೊಟ್ಟಿಗೆಯಲ್ಲಿ ಅಡಗಿ ಕುಳಿತಿದ್ದೆ. ನನ್ನ ನೋಡಿ ಗೌರಿ ಅಂಬೆಗೈದಳು, ಚಾಡಿ ಹೇಳುವ ಬಡವೆಯಂತೆ. ನಾನು ಬಂದ ಸೂಟು ತಿಳಿದ ಅಮ್ಮ ದಾಸವಾಳದ ಶೆಳೆ ಹಿಡಿದು ಓಡಿಬಂದಳು. ಅಷ್ಟರವರೆಗೆ ಶತರಂಪ ಮಾಡುತ್ತಿದ್ದ ಅಜ್ಜಿಯೀಗ ಅಚಾನಕ್ ಪಕ್ಷ ಬದಲಿಸಿ ನನ್ನ ಮುಂದೆ ಸಾರಥಿಯಂತೆ ನಿಂತುಬಿಟ್ಟಳು. ತಲೆ ಚಚ್ಚಿಕೊಂಡ ಅಮ್ಮ ಹಿಂದಿರುಗಿದಳು. ಧಾರಾಕಾರ ಸುರಿಯುತ್ತಿದ್ದ ಗಲ್ಲಕ್ಕೆ ಮುದ್ದಿಸಿ ಮೊಸರನ್ನು ಕಲಸಿಕೊಟ್ಟು ಉಣಿಸಿ ಮಲಗಿಸಿದಳು ಅಜ್ಜಿ.

ಇದು ಮನೆಯವರು ಬೇಡವೆಂದರೂ ಹೋಗಿ ತಿಂದು ಬೈಯಿಸಿಕೊಳ್ಳುವ ಕಾಡು ಹಣ್ಣುಗಳಾದರೆ, ಈ ಪುನರ್ಪುಳಿಯೆಂಬ ಕೆಂಪು ಸುಂದರಿಯದ್ದು ಮಾತ್ರ ಬೇರೆಯರ ಕಥೆ. ಇದನ್ನು ನಮ್ಮ ಕರಾವಳಿ ಕಡೆ ಮುರುಗಲು ಹಣ್ಣು ಎಂದು ಕರೆಯುವುದು. ಇದನ್ನು ಮಾತ್ರ ಮನೆಯವರೇ ಹುಡುಕಿ ಕೊಯ್ದು ತರಲು ಪುಸಲಾಯಿಸಿ ಕಳುಹಿಸುತ್ತಿದ್ದರು. ಆರಿಸಿ ತಂದ ಮುರುಗಲ ಹಣ್ಣನ್ನು ಅಮ್ಮ ಅಜ್ಜಿ ತೊಳೆದು ಅದರೊಳಗಿನ ಲೋಳೆಯಂತಹ ಸಕ್ಕರೆಯಚ್ಚನ್ನು ತಿನ್ನಲು ಕೊಡುತ್ತಿದ್ದರು. ಅದರ ಸಿಪ್ಪೆಯನ್ನು ರಸ ತೆಗೆದು, ಸಕ್ಕರೆಪಾಕ ಮಾಡಿ, ವರ್ಷಕ್ಕೆ ಬೇಕಾಗುವಷ್ಟು ಕೋಕಂ ತಯಾರಿಸಿ ಇಡುತಿದ್ದರು. ಅದರ ಸಿಪ್ಪೆಯನ್ನು ಪಿತ್ಥನಿವಾರಕ ಕಷಾಯಕ್ಕಾಗಿ, ತಿಳಿಸಾರು ಮಾಡಲು ತೆಗೆದಿಡುತ್ತಿದ್ದರು. ಒಂದೆರಡು ಚಮಚ ಕೋಕಂ ಪಾಕಕ್ಕೆ ನಾಲ್ಕಾರು ಲೋಟ ಶರಬತ್ತಾಗುವ ತಾಕತಿತ್ತು. ಈಗಲೂ ಅಮ್ಮ ದುಡ್ಡು ಕೊಟ್ಟು ಮುರುಗಲ ಹಣ್ಣನ್ನು ತರಿಸಿಕೊಂಡು ಮನೆಯಲ್ಲಿಯೇ ಕೋಕಂ ಮಾಡುತ್ತಾಳೆ. ಆದರೆ

ಕೊಯ್ದು ಕೊಡಲು ಮನೆಮಕ್ಕಳು ಇಲ್ಲ. ಊರಿನ ಮಕ್ಕಳಿಗೆ ಇದರ ಕುರಿತಾಗಿ ಯಾವ ವ್ಯಾಮೋಹವೂ ಇಲ್ಲ. ಅಮ್ಮ ಮಾಡಿದ ಕೋಕಂ ಈಗಲೂ ಅದೇ ರುಚಿ, ಆದರೆ ಬಾಲ್ಯದಲ್ಲಿ ಅದನ್ನು ಆಯ್ದು ತಂದುಕೊಟ್ಟು ಮಾಡಿಸಿ ಕುಡಿದಾಗ ಸಿಗುತ್ತಿದ್ದ ನೆಮ್ಮದಿ ಇಲ್ಲ ಅಷ್ಟೇ.

20

ಬಿಂಬ್ಲಣ್ಣಿನ ಹುಳಿಯೂ, ಕೆರಳುವ ಪಿತ್ಥವೂ

ಶನಿವಾರ ಶಾಲೆ ಬಿಟ್ಟು ಬರುವಾಗಲೇ ಸಂಜೆ ನಾಕರ ಕಾರ್ಯಕ್ರಮ ಸಿದ್ಧವಾಗಿರುತ್ತಿತ್ತು. ಶೆಟ್ರಮನೆ ಸುಧಾ, ರೂಪಾ ಕತ್ತಿ ಮತ್ತು ಬಾಳೆಲೆ, ನಾನು ಉಪ್ಪು ಮತ್ತು ಕಾಗದ, ಮಾಸ್ತಿ ಮನೆಯ ತಿಮ್ಮಕ್ಕ ಸೋಮರು ಅವರವರ ಮನೆಯ ತೋಟದಲ್ಲಿನ ಬಿಂಬ್ಲಿಕಾಯಿ ತರುವುದೆಂದು, ಎಲ್ಲರೂ ಮನೆಯವರೆಲ್ಲ ಮಲಗಿ ಏಳುವುದರೊಳಗೆ ಕೂಹಾ ಎಂಬ ಸಿಗ್ನಲ್ ಕೊಟ್ಟು ನಮ್ಮನೆ ತೋಟದಲ್ಲಿ ಸೇರುವುದು ಎಂದು ನಿಶ್ಚಯವಾಯಿತು. ನಮ್ಮನೆ ತೋಟದ ಮಧ್ಯದಲ್ಲಿ ಜೀರಿಗೆ ಮೆಣಸಿನ ಸುಮಾರು ಗಿಡಗಳಿದ್ದವು. ಎಂಬುದೇ ಸ್ಥಳದ ಆಯ್ಕೆಯ ಪ್ರಮುಖ ಕಾರಣ. ಕಳೆದ ಸಲ ಮುಂಚೆಯೇ ಕಟ್ಟಿಟ್ಟುಕೊಂಡ ಉಪ್ಪು ಅಲ್ಲಿಗೆ ತಲುಪುವಷ್ಟರಲ್ಲಿ ನೀರಾಗಿ ಎಲ್ಲರೂ ಕೆಂಪಾಗಿದ್ದರು. ಅದಕ್ಕೆ ಹೊರಡುವ ಕ್ಷಣದಲ್ಲಿ ತೆಗೆದುಕೊಂಡು ಹೋಗಲು ಕಾಗದವನ್ನಷ್ಟೇ ಉಪ್ಪಿನ ಡಬ್ಬಿಯ ಹಿಂದಿಟ್ಟು ಕುಳಿತಿದ್ದೆ. ಮಲಗಿದ ಒಂದು ಕ್ಷಣಕ್ಕೆ ಅಜ್ಜಿ ಗೊರಕೆ ಹೊಡೆಯುವುದು ಕೇಳಿಸಿತು. ಅಪ್ಪನೂ ಮಲಗಿದ್ದರು. ತಂಗಿ ಮಾತ್ರ ಅಮ್ಮನನ್ನು ಅದು ಕೊಡು ಇದು ಕೊಡು ಎಂದು ಸತಾಯಿಸುತ್ತಾ ಕೊಸರಿಕೊಳ್ಳುತ್ತಾ ಮಲಗಲು ಹವಣಿಸುತ್ತಿದ್ದಳು. ಅವಳೇನಾದರೂ ಮಲಗದೇ ಇದ್ದರೆ ಅಮ್ಮನೂ ಮಲಗುವುದಿಲ್ಲ. ಆಗ ನಮ್ಮ ಬಿಂಬ್ಲಿಹಣ್ಣಿನ ಕಂಬ್ಳದ ಕಥೆ ಮನೆ ಮನೆಗೂ ಗೊತ್ತಾಗುತ್ತದೆ ಎಂದೆಲ್ಲಾ ಸಣ್ಣನೆಯ ಆತಂಕವೂ ಶುರುವಾಯ್ತು. ಅಷ್ಟೊತ್ತಿಗಾಗಲೇ' ಕೂಹಾ' ಎಂದು ಸೋಮು ಕೂಗಿದ್ದು ಕೇಳಿಸಿತು. ಅದಕ್ಕೆ ಪ್ರತಿಯಾಗಿ ಸುಧಾ ರೂಪರ ಮನೆಯಿಂದಲೂ ಕೂಹಾ ಕೇಳಿಸಿತ್ತು. ನನಗೆ ನಿಂತಲ್ಲಿ ನಿಲ್ಲಲಾಗದ ಚಡಪಡಿಕೆ. ಅಂಬೆಗಾಲಲ್ಲಿ ಅಮ್ಮ ಮಲಗಿದ ಓರಿಯೊಳಗೆ ಇಣುಕಿ ಮಿಸುಕಾಡದೇ ಅಮ್ಮನನ್ನು ತಬ್ಬಿ ಮಲಗಿದ್ದ ತಂಗಿಯನ್ನು ನೋಡಿ

ಖುಶಿಯಾಗಿ ಮತ್ತೆ ಅಡುಗೆಮನೆ ಕಡೆಗೆ ತೆರಳಿ ಉಪ್ಪಿನ ಪೊಟ್ಟಣದ ಜೊತೆ ನೆಗೆದು ಹಾರಿದೆ. ನಾನು ಓಡಿದ ರಭಸಕ್ಕಂಜಿದ ಪೊಕ್ಕಣ್ಣನು ತೋಟಕ್ಕೆ ಕಳ್ಳದನ ಬಂದಿರಬಹುದೆಂದೇ ಭಾವಿಸಿ ಓಡಿದ ನನಗೂ ಮುಂಚೆ. ಸೋಮ ತಿಮ್ಮಕ್ಕ, ಕುಪ್ಪು, ಸುಧಾ, ರೂಪ ಎಲ್ಲರೂ ಅಲ್ಲಿದ್ದರು. ತಮ್ಮನೆ ಕತ್ತಿಯಿಂದ ಬಿಂಬ್ಲಿಕಾಯಿ, ಜೀರಿಗೆ ಮೆಣಸನ್ನು ಸಣ್ಣಗೆ ಬಾಯಲ್ಲಿ ನೀರೂರುವಂತೆ ಹೆಚ್ಚುತ್ತಿದ್ದಳು ಸುಧಾ. ಸಣ್ಣಗೆ ಹೆಚ್ಚಿದ್ದ ಮಿಶ್ರಣಕ್ಕೆ ಉಪ್ಪು ಸೇರಿಸಿ ಗಿವುಚಿ 'ಆಹಾ ಪಚಡಿಯೇ', ನಂತರ ಬಾಳೆಯೆಲೆಯಲ್ಲೋ ಕಾಗದದ ಚೂರಲ್ಲೋ, ಚೆಂಡೂವಿನ ಎಲೆಯಲ್ಲೋ ಅದನ್ನು ಪಾಲು ಮಾಡಿಕೊಂಡು ಅದನ್ನು ಸವಿಯುತ್ತಿದ್ದರೆ 'ಜನುಮವೇ ದೊರಕಿದೆ ರುಚಿ ಸವಿಯಲು' ಹಾಡು ಆ ಕಾಲದಲ್ಲಿದ್ದರೆ ಗುನುಗುತ್ತಿದ್ದೆವೇನೋ. ಕಣ್ಮುಚ್ಚಿಕೊಂಡು ಬಿಂಬ್ಲಿಕಾಯಿಯ ಪಚಡಿ ತಿನ್ನುವಾಗ ಸೋಮ 'ಅಲ್ವೇ, ಈ ಕತ್ತಿಲೇವಾ ಅವ್ರ ಮನೇಲಿ ಮೀನ್ ಕೊಚ್ಚುದು ಗುತ್ತದ್ಯೆ? ಜಾತಿ ಕೆಟ್ಟೋತಲೇ ನಿಂದು' ಎಂದು ಕಿಚಾಯಿಸಿದಾಗ ಗಾಬರಿಯಿಂದ ತಿಂದಿದ್ದು ನೆತ್ತಿಗೆ ಹತ್ತಿ ಬಿಕ್ಕತೊಡಗಿದೆ. ನಂತರೆ ಅವ್ರೆ 'ಅಲ್ದೇ ನೀ ಹೈಂಗ್ರ ಮನೆ ಕೂಸು ಹೇಳಿ ಗುತ್ತಿತು ಸುಮ್ನೆ ಕುಸಾಲಿಗ್ ಹೇಳಿದ್ದೇ ಮಾರಾತಿ' ಎಂದರೂ ಮನದಲ್ಲೊಂದು ದುಗುಡವಿದ್ದೇ ಇತ್ತು.

ಶತಮಡಿಯ ಅಜ್ಜಿಯ ಹತ್ರ ಕೇಳಲಾಗದೇ, ಅಮ್ಮನ ಹತ್ರ ಅದರ ಸುಳಿವು ಕೊಡಲಿಕ್ಕಾಗದೇ ಒಂಥರಾ ಪಾಪಪ್ರಜ್ಞೆಯಲ್ಲಿ ನರಳಿದೆ. 'ನಿಜವಾಗಿಯೂ ಅವರು ಮನೆಯಲ್ಲಿ ಮೀನು ಕತ್ತರಿಸುವುದು ಅದರಲ್ಲಾದರೆ ನಂದು ಜಾತಿ ಕೆಡ್ತು ಮನೆಯಿಂದ ಹೊರಹಾಕ್ತಾರೆ' ಎಂದೆಲ್ಲಾ ಅಸಂಬದ್ಧ ಯೋಚನೆ ಬಂದು ದುಃಖ ಉಮ್ಮಳಿಸುತ್ತಿತ್ತು. ಕೊನೆಗೆ ಕೊಟ್ಟಿಗೆ ತೊಳೆಯಲು ಬಂದ ಮಾಸ್ತಿಗೆ ಉಪಾಯವಾಗಿ ಶೆಟ್ಟರ ಮನೆಯ ಕತ್ತಿಯಲ್ಲಿ ಮೀನು ಕತ್ತರಿಸುತ್ತಾರಾ ಎಂದು ಕೇಳಿದೆ. ಅದಕ್ಕವಳು ಬಾಯ್ತುಂಬ ಕವಳ ತುಂಬಿಕೊಂಡು 'ಆ ಬೊಡ್ಡ್ ಕತ್ತಿಲಿ ನಮ್ ಕುತ್ಗಿ ಕುಯ್ಯ್ಕಾಗುದಿಲ ಸಾಯುಕೆ ಮೀನು ಕೋಳಿಗೆಲ್ಲಾವ ಮೆಟ್ಗತ್ತಿನೇಯಾ' ಎಂದಾಗ ಸಮಾಧಾನದ ನಿಟ್ಟುಸಿರು ರಭಸದಿಂದ ಹೊರಬಂತು. ಆ ದಿನ ರಾತ್ರಿ ಶನಿವಾರ ಒಪ್ಪತ್ತಿಗೆ ಚಪಾತಿ–ಕಾಯಾಲು ಮಾಡಿದ್ದಳು ಅಮ್ಮ. ಬಿಂಬ್ಲಿಯ ಪಚ್ಚಡಿಯನ್ನು ಕಂಠಪೂರ್ತಿ ತಿಂದಿದ್ದರಿಂದ ನನ್ನಿಷ್ಟದ ತಿಂಡಿಗೆ ಜಾಗವೇ ಇರಲಿಲ್ಲ. ಆದರೂ ಅಮ್ಮನಿಗೆ ಸಂಶಯ ಬಂದರೆಂದು ಒಂದೂವರೆ ಚಪಾತಿಯನ್ನು ಕೋಳಿ ಕೆದರಿದಂತೆ ತಿಂದೆದ್ದೆ. ಊಟ ಆದ್ಮೇಲೆ ಕಡ್ಡಾಯವಾದ ಅರಿಶಿನ ಕಾಫಿಯನ್ನು ಕುಡಿಯಲೂ ಆಗದೇ, ಚೆಲ್ಲಲೂ ಆಗದೇ ನುಂಗಿದೆ. ತಾಸಿನೊಳಗೆ ಪಚಡಿಯೆಲ್ಲಾ ಹೊರಬಂದು ಗುಟ್ಟನ್ನು ಸಾರಿದವು. ಮಲಗಿರುವ ಗಿಡವನ್ನು ರಾತ್ರಿ ಮುಟ್ಟಿದರೆ ಅವು ಶಾಪ ಕೊಡುತ್ತಾವೆಂಬ ಸ್ವಯಂ ಲಿಖಿತ ಶಾಸ್ತ್ರವನ್ನು ಮುರಿದ ಅಮ್ಮನ ಕೈಗಳು

ದಾಸವಾಳ ಶೆಳೆಯ ರಂಗೋಲಿಯನ್ನು ನನ್ನ ಕಾಲಿನ ಮೇಲೆ ಮೂಡಿಸಿ ಧುಮುಗುಟ್ಟಿದವು. ಕೊಬ್ಬರಿಯೆಣ್ಣೆ, ಅಮೃತಾಂಜನ, ನುಶಿಗುಳಿಗೆಯ ತುಂಡೆಲ್ಲವೂ ಅಜ್ಜಿಯ ಹಾಸಿಗೆಯಲ್ಲೇ ಬೀಡುಬಿಟ್ಟಿದ್ದರೂ, ಆ ಕ್ಷಣಕ್ಕೆ ಅವಳ ಒರಟು ಕೈ ಸ್ಪರ್ಶವೊಂದೇ ತುಂಬಾ ಹಿತವೆನಿಸುತ್ತಿತ್ತು. ಅಳುತ್ತಲೇ ಅಜ್ಜಿಯ ಕೋಣೆಯಲ್ಲಿ ನಿದ್ದೆಗೆ ಜಾರಿದವಳು ಏಳುವಾಗ ಮೆತ್ತಿಮೇಲಿನ ಹಾಸಿಗೆಯಲ್ಲಿ ತಂಗಿಯ ಪಕ್ಕವಿದ್ದೆ.

ಬಿಂಬ್ಲಕಾಯಿ, ರಾಜನೆಲ್ಲಿಕಾಯಿ, ಹುಣಸೇಹಣ್ಣಿನ ಮರವನ್ನೆಲ್ಲಾ ಜಾಲಾಡಿ ಪ್ರತಿ ಶನಿವಾರವೂ ಕಂಬಳವಂತೂ ತಪ್ಪಲಿಲ್ಲ (ಇವೆಲ್ಲಾ ಪ್ರಸಂಗದ ನಂತರವೂ). ಆದರೆ ಮಿತಿಮೀರಿ ಹೊಟ್ಟೆ ಬಿರಿಯುವಂತೆ ತಿಂದು ಪಿತ್ಥ ಕೆರಳಿಸಿಕೊಳ್ಳುವುದು ನಿಧಾನಕ್ಕೆ ಕಮ್ಮಿಯಾಯ್ತು. ಈಗಲೂ ಅಮ್ಮನ ಮನೆಯಲ್ಲಿ ಬಾವಿಯಲ್ಲಿ ನೀರು ಸೇದುವಾಗ ಕಣ್ಣು ಮಾಸ್ತಿ ಮನೆಯ ಬಿಂಬ್ಲಗಿಡದ ಕಡೆಗೆ ಹರಿಯುತ್ತಿದೆ. ಕೇಳಿದರೆ ಸಾಕು ಅವಳ ಸೊಸೆ ಸೆರಗ ತುಂಬಾ ಬಿಂಬ್ಲಕಾಯಿ ಕೊಯ್ದು ಕೊಡುತ್ತಾಳೆ. ಆದರೆ ಆ ಕದ್ದು ತಿನ್ನುವ ಸುಖಕ್ಕೆ ಅಕ್ಕ ಪಕ್ಕದ ಗೆಳತಿಯರಾರೂ ತವರಲಿಲ್ಲ.

21

ಕಡಲೆಂಬ ಕಡುನೀಲಿ ಮೋಹ

ಹಲವು ತಿಂಗಳಿಂದ ವಿರಹದುರಿ ಅನುಭವಿಸಿ ಕಂಗೆಟ್ಟವಳನ್ನು ಒಲಿಸಿಕೊಂಡು ತಣಿಸಲೆಂದೇ ಧರೆಗಿಳಿದ ವರುಣನೆಂಬ ತರುಣ, ಬರಸೆಳೆದಪ್ಪಿ ಮುದ್ದಿಸಿದ ಇನಿಯನ ರಭಸಕ್ಕೆ ಸೊಕ್ಕುವ ಭೂಮಿಯೆಂಬ ಪ್ರೇಮಿಕೆ. ಇವರಿಬ್ಬರ ಮಿಲನದ ಕಾವು ಹೆಚ್ಚಾಗಿ ವಿರಮಿಸಿದ ಇರುಳಲ್ಲಿ, ಕಡಲೆಂಬ ಭೂಮಿಯೆದೆ ಅದಮ್ಯ ಸುಖದಿಂದ ಭೋರ್ಗರೆಯುವುದು ನಾವು ಮಲಗಿದಾಗ ಕೇಳಿಸುತ್ತಿತ್ತು. ಆಗಷ್ಟೆ ತಿಂದ ಕುಚಲಕ್ಕಿ ಅನ್ನ, ಅಪ್ಪೆಮಿಡಿ ಉಪ್ಪಿನಕಾಯಿ, ಗಟ್ಟಿ ಮೊಸರಿನ ಸವಿ, ತಂಪಾದ ಮಧುರ ವಾತಾವರಣ, ಕಡಲಿನ ನವಿರಾದ ಹಿನ್ನೆಲೆ ಸಂಗೀತದ ಜೊತೆ ಬೆಚ್ಚಗಿನ ಉಪ್ಪರಿಗೆಯಲ್ಲಿ ಮಾಡುತ್ತಿದ್ದ ನಿದ್ರೆಯಲ್ಲಿ ಅದೆಷ್ಟು ನೆಮ್ಮದಿಯಿತ್ತು. ಕಡಲಿನಬ್ಬರದ ಸದ್ದು ಕೇಳಿಯೇ ಆ ಹೊತ್ತಿನ ಮಳೆಯಾರ್ಭಟದ ಮುನ್ಸೂಚನೆ ನೀಡುವ ತಾಕತ್ತು ಅಜ್ಜಿಗಿತ್ತು 'ಎಂತಕೋ ಕಂಡಾಪಟ್ಟೆ ಮಳೆ ಬಪ್ಪಾಂಗಿದ್ದು, ಕುಮಟೆಗೆ ಹೋಪುದ್ ಬ್ಯಾಡದನಾ ವಿಕೆ' ಎಂದು ಕೆಲಸಕ್ಕೆ ಹೊರಟು ನಿಂತ ಮಗನನ್ನು ತಡೆಯಲೊಂದು ಸಣ್ಣ ಪ್ರಯತ್ನ ಮಾಡುತ್ತಿದ್ದಳು. ಮಳೆ ಜಾಸ್ತಿಯಾದಾಗ ಮೀನುಗಾರರು ಸಮುದ್ರದ ಕಡೆಗೆ ಹೋಗಲು ಹೆದರಿ ಊರೊಳಗಿನ ಕೆರೆ, ಗಜ್ನಿಗಳನ್ನು ಹುಡುಕಿಕೊಂಡು ಬರುತ್ತಿದ್ದರು. ನಸುಕಲ್ಲೇ ಬಲೆ, ಗಾಳ, ಮೀನುಬುಟ್ಟಿ ಹಿಡಿದು ಹೊರಟವರ ಗಿಜಗುಡುವಿಕೆಯಿಂದ ನಮಗೆಲ್ಲಾ ಬೆಳಗಾಗುತ್ತಿತ್ತು. ಹೀಗೆ ಬಾಲ್ಯದಿಂದಲೇ ಕಡಲಿನ ಒಡನಾಟದಲ್ಲಿ ಬೆಳೆದವಳು ನಾನು.

ಒಂದು ಕಿಲೋಮೀಟರ್ ಹತ್ತಿರದಲ್ಲಿಯೇ ಕಡಲತೀರವಿದ್ದರೂ ದಿನಂಪ್ರತಿ ಹೋಗಲಾರದ ಬೇಸರವೊಂದು ಮನದಲ್ಲಿದ್ದೇ ಇತ್ತು. ಆದರೆ ತಿಂಗಳಿಗೊಮ್ಮೆಯಾದರೂ ಅಪ್ಪನನ್ನು ಕಾಡಿ ಬೇಡಿ ಕಡಲತಡಿಗೆ ತೆರಳಿ

ವಿಹರಿಸುವುದಿತ್ತು. ಮಹಾಭಾರತದಂತಹ ಪೌರಾಣಿಕ ಧಾರಾವಾಹಿ ನೋಡಿ, ಕಥೆಗಳನ್ನು ಕೇಳಿ ಸಮುದ್ರದ ನೀರಲ್ಲಿ ಅರ್ಘ್ಯ ನೀಡುವುದರಿಂದ ಮನೋಭಿಲಾಷೆ ಈಡೇರುತ್ತದೆ ಎಂಬ ನಂಬಿಕೆಯೂ ಬೆಳದಿತ್ತು. ಅದಕ್ಕಾಗಿ ನಾನು ತಂಗಿ ಇಬ್ಬರೂ ಕಾಲಿಗಭಿಷೇಕವಾಗುವ ನೀರನ್ನೇ ಮೊಗೆ ಮೊಗೆದು ಸೂರ್ಯನಿಗೆ, ಚಂದ್ರನಿಗೆ, ದೇವರಿಗೆ ಅರ್ಘ್ಯ ಕೊಟ್ಟು ಕಥೆಪುಸ್ತಕ, ಚಾಕಲೇಟ್ ಸಿಗಲಿ, ಶಾಲೆಗೆ ರಜೆ ಸಿಗಲಿ, ಅಕ್ಕೋರಿಗೆ ಜ್ವರ ಬರಲಿ ಎಂದೇ ಮುಗ್ಧವಾಗಿ ಪ್ರಾರ್ಥನೆ ಮಾಡಿಕೊಳ್ಳುತ್ತಿದ್ದೆವು. ನಂತರ ಶ್ರೀರಾಮ ಜಯರಾಮ ಎಂಬ ಅಕ್ಷರ ಎಷ್ಟೇ ದೂರದಲ್ಲಿ ಬರೆದರೂ ಅಲೆಗಳು ಅವನ್ನು ತಮ್ಮೆಡೆಗೆ ಕೊಚ್ಚೊಯ್ಯುತ್ತದೆ ಎಂದು ಅಪ್ಪ ಹೇಳುವ ಮಾತಿನ ಪರೀಕ್ಷೆಯೂ ನಡೆಯುತ್ತಿತ್ತು. ಮರಳಿನಲ್ಲಿ ಕಟ್ಟುವ ಒಂದನೇ ಅಂತಸ್ತು ಮುಗಿಯುವುದರೊಳಗೆ ಅದನ್ನು ನೆಲಸಮ ಮಾಡಿ ಬಿಡುವ ಕೊಬ್ಬಿನಲೆಗಳ ಬಗ್ಗೆ ಅದೆಷ್ಟೋ ಸಿಟ್ಟಿತ್ತು ನಮಗಾಗ. ನಂತರದ ದಿನಗಳಲ್ಲಿ ಸಾಹಿತ್ಯದೆಡೆಗೆ ಒಲವು ಜಾಸ್ತಿಯಾದವು. ಕಡಲೆಡೆಗಿನ ಸೆಳೆತ ಜಾಸ್ತಿಯಾಗತೊಡಗಿತ್ತು. ಕಡಲು ದಂಡೆಯ ಸಮೀಪದ ದೊಡ್ಡ ಕಲ್ಲುಬಂಡೆ ಹತ್ತಿ ಕುಳಿತು, ಕಥೆ–ಕವನ ಹೆಣೆಯುವುದೋ, ದಿಗಂತದತ್ತ ದೃಷ್ಟಿ ಹರಿಸಿ ಆ ಪರಿಸರವನ್ನು ಆಸ್ವಾದಿಸುವುದೋ, ಅಪರೂಪಕ್ಕೆ ಸಿಕ್ಕ ಪ್ರೇಮಿಯ ಕಾಲ್ಗೆಜ್ಜೆಯನ್ನು ಮುದ್ದಿಸಿ ಮೋಹಿಸುವ ಪ್ರಿಯತಮನಿಗೆ ಅಲೆಗಳನ್ನು ಹೋಲಿಕೆ ಮಾಡುತ್ತಲೋ ಕಳೆಯುವ ಸಮಯ ಬಲು ಪ್ರಿಯವಾಗಿತ್ತು.

ಪಿಯುಸಿಯಲ್ಲಿದ್ದಾಗಲೊಮ್ಮೆ ಮನ ಪ್ರಕ್ಷುಬ್ಧವಾಗಿತ್ತು. ಬದುಕಿನ ಬಗ್ಗೆ, ಓದಿನ ಬಗ್ಗೆ ಅನವಶ್ಯಕ ಗೊಂದಲ ತೊಳಲಾಟದಿಂದ ದಿಕ್ಕೆಟ್ಟಿದ್ದೆ. ನನ್ನ ದುಗುಡವನ್ನು ನೋಡುತ್ತಿದ್ದ ಅಜ್ಜಿ ಮಾತ್ರ ಅಪ್ಪನ ಬಳಿ 'ಕೂಸನ ಸಮುದ್ರಕ್ಕೆ ಕರ್ಕಂಡ್ಹೋಗು, ವಾಪಸ್ ಬಪ್ಪಲ್ಲಿವರೆಗೆ ಸಮಾ ಆಗ್ತು ನೋಡು' ಅಂದಿದ್ದಳು. ಒಂದೂವರೆ ತಾಸು ಸುಮ್ಮನೆ ಸಮುದ್ರದಂಚಿಗೆ ದೃಷ್ಟಿ ಹರಿಸಿ ಕುಳಿತಿದ್ದೆ. ಸಮುದ್ರದ ಅಬ್ಬರದ ಅಲೆಗಳಿಗೂ ಜಗ್ಗದೇ ಪುಟ್ಟ ದೋಣಿಯಲ್ಲಿ ಮುಂದಿನ ಜೀವನಕ್ಕೆಂದು ಮೀನು ಹಿಡಿಯಲು ಹೊರಟ ಬೇಸ್ತ, ನಾಳೆ ಬರುವೆನೆಂಬ ನಂಬಿಕೆಯೊಡನೆ ಪಶ್ಚಿಮದ ಮಡಿಲಲ್ಲಿ ಅಡಗಿದ ಸೂರ್ಯ, ಬಾನು ಕೆಂಪಾದೊಡನೆ ಗೂಡಿನ ನೆನಪಾಗಿ ಮನೆಗೆ ತೆರಳುವ ಹಕ್ಕಿಗಳು, ಇದ್ಯಾವುದರ ಪರಿವೆಯೇ ಇಲ್ಲದೇ ಒಂದೇ ಲಯದಲ್ಲಿ ದಂಡೆಗಪ್ಪಳಿಸಿ ತೆರಳುವ ಅಲೆಗಳು ಇವೆಲ್ಲಾ ಅದೆಷ್ಟೋ ಅರ್ಥ ಕಟ್ಟಿಕೊಟ್ಟವು. ನಾನು ಎಲ್ಲಾದರೂ, ಹೇಗಾದರೂ ಬದುಕಬಲ್ಲೆನೆಂಬ ಆತ್ಮವಿಶ್ವಾಸ ಮರುಕಳಿಸಿ ಮನೆಗೆ ಬರುವಾಗ ಮುಖ ನಳನಳಿಸುತ್ತಿತ್ತು. ಅದನ್ನು ನೋಡಿದ ಅಜ್ಜಿಯಲ್ಲಿ ಅದೇ ಮಾಸದ ಕಿರುನಗು. ಮುಂದೆ ಬದುಕಿನಲ್ಲಿ ನಾನು ಕುಸಿಯುವ ಸಂದರ್ಭ ಬಂದಾಗಲೆಲ್ಲಾ ನಾನು ಆರಿಸಿಕೊಂಡಿದ್ದು ಇದೇ ಕಡಲ ಮಡಿಲನ್ನು.

22

ಕರಿಕೂದಲ ವ್ಯಾಮೋಹ

ಅವಳಿಗೆ ತನ್ನ ತುಂಬು ತಲೆಗೂದಲಿನ ಮೇಲೆ ವಿಪರೀತ ಮೋಹ ಚಿಕ್ಕವಳಿದ್ದಾಗಿನಿಂದ ಕರುಳುಬಳ್ಳಿಯನ್ನು ಪೋಷಿಸುವ ತಾಯಂತೆ ಶಿರಬಳ್ಳಿಯನ್ನು ಆರೈಕೆ ಮಾಡುತ್ತಿದ್ದಳಂತೆ. ಮೈನೆರೆಯುವರೆಗೆ, ಮದುವೆಯಾಗಿ ಗಂಡನ ಮನೆಗೆ ಒಂದು ತಲೆಭಾರದ ಹೊರೆ ಕೆಲಸಗಳ ನಡುವೆಯೇ ಕೂದಲ ಆರೈಕೆ ಮಾತ್ರ ತಪ್ಪಿಸಿರಲ್ಲ ಅವಳು. ಮೂರು–ನಾಕು ವರ್ಷಗಳ ನಂತರ ಬಾಣಂತನದಲ್ಲಿ ಉದುರುವ ಕೂದಲನ್ನು ಕಂಡು ಕಣ್ಣೀರಿಕ್ಕುತ್ತಿದ್ದಳಂತೆ. ಬಾಣಂತನ ಮುಗಿದು ಮಾಗಿದ ಮೇಲೆ ಚಿಗುರೊಡೆದ ಕೂದಲ ಕಂಡು ಕಣ್ಣಲ್ಲಿ ನವಿಲು ಕುಣಿಸಿಕೊಳ್ಳುವ ಸಂಭ್ರಮದಲ್ಲಿದ್ದವಳ ಎದೆಗೊದ್ದು ಬಂದಿತು ಆಘಾತ. ಅವಳ ಜೀವಸಖ, ಬದುಕ ಆಸರೆ ಪಟ್ಟಿಗದ್ದೆಯ ಅರಲೊಳಗೆ ಜಾಲವಿದ್ದು ಮೂಗೊಳಗೆಲ್ಲಾ ಅರಲು ತುಂಬಿ ಉಸಿರಾಡಲಾಗದೇ ಅಸುನೀಗಿದರು. ತನ್ನೊಡೆಯ ಕೃಷ್ಣನನ್ನು ಕಳೆದುಕೊಂಡ ಅವನೊಡನೆ ನೋವು ಸಹಿಸಲಾರದೇ ಬಾವಿಗೆ ಹಾರಿದರೂ, ಯಾವುದೋ ಪುಣ್ಯಾತ್ಮರ ಸಮಯೋಚಿತ ಸಾಹಸದಿಂದ ಬಚಾವಾದಳು. ಅಂದೇನಾದರೂ ಅಚಾತುರ್ಯವಾಗಿದ್ದರೆ ಸಾವಿಂದು ದಣಪೆಯೊಳಗಣ ಅಕ್ಷರಮೋಹಿ ಸಾವಿತ್ರಜ್ಜಿಯ ಸಾಂಗತ್ಯದಿಂದ ವಂಚಿತರಾಗಬೇಕಿತ್ತು.

ಅಜ್ಜಿಯ ಕೃಷ್ಣಭಟ್ಟರ ಅಪರಕ್ರಿಯೆ ಮುಗಿಯುವುದರೊಳಗೆ ಅಜ್ಜಿಗೆ ಕೆಂಪುಸೀರೆ, ಕೇಶಮುಂಡನದ ಪ್ರಸ್ತಾಪ ಬಂತು. ಕೆಂಪು ಸೀರೆಯನ್ನಾದರೂ ಉಟ್ಟೇನು, ಕೇಶ ಮುಂಡನ ಮಾಡಿದರೆ ಬದುಕಿದ್ದೂ ಸತ್ತಂತೆ ಎಂದು ಬಿಕ್ಕುವ ಅತ್ತಿಗೆಯ ಎದೆಗುಡಿಯ ಸಂಕಟಕ್ಕೆ ದನಿಕೊಟ್ಟವ ಅವಳ ಚಿಕ್ಕಮೈದುನ. ಅವರ ಗಟ್ಟಿನಿರ್ಧಾರ, ಬೆಂಬಲದಿಂದ ಕೆಂಪುಸೀರೆ, ಕೇಶ ಮುಂಡನೆ ಎಂಬ

ಸಂಪ್ರದಾಯದ ಹೆಸರಲ್ಲಿನ ಶೋಷಣೆಗೆ ಮುಕ್ತಿ ಸಿಕ್ಕಿತು. ಗಾಜಿನ ಬಳೆಗಳು ಟಿಳಿರೆಂದು ಒಡೆದು ಪ್ಲಾಸ್ಟಿಕ್ ಬಳೆಗಳು ಆ ಎಳೆ ಕೈಯನ್ನು ಅಲಂಕರಿಸಿದವು. ಅವಳ ಕರಿಮಣಿಸರ ಕಾಸಿನಸರ ಯಾರದೋ ಪಾಲಾಗಿ ಕಾಶಿದಾರವೊಂದು ಕೊರಳನ್ನಪ್ಪಿತು. ಜುಮುಕಿಯು, ತನ್ನ ಪಟ್ಟದಿಂದ ಕೆಳಗಿಳಿದು ಹಳೇ ಚಿನ್ನದ ಗುಂಡೊಂದು ಕಿವಿಯಲ್ಲಿ ಕುಳಿತವು. ಕಾಲುಂಗುರ, ಕಾಲ್ಗೆಜ್ಜೆಯಂತೂ ತಮ್ಮ ವಿಳಾಸವಿಲ್ಲದೇ ಜಾಗ ಸೇರಿಬಿಟ್ಟವು. ಹಣೆಯಲ್ಲಿನ ಕಾಸಿನ ಕುಂಕುಮ ತನ್ನ ಅಸ್ತಿತ್ವವಿಲ್ಲದೆ ಮಂಕಾಗಿ, ಅಲ್ಲಿ ಸ್ಥಾನ ಗಿಟ್ಟಿಸಿತ್ತು. ಆದರೆ ತನ್ನಿಷ್ಟದ ಕೂದಲಿಗೆ ಜಡೆ ಹಾಕಿಕೊಳ್ಳಲು ಸಾಧ್ಯವೇ ಇಲ್ಲ. ತುರುಬು ಕಟ್ಟಿಕೊಂಡು ಇರಬೇಕೆಂದಾಗ ಮಾತ್ರ ಒದ್ದಾಡಿಬಿಟ್ಟಿದ್ದಳು. ಗಾಯದ ಮೇಲೆ ಉಪ್ಪೆರೆದಂತಹ ನೋವಾಗಿತ್ತು ಅವಳಿಗೆ. ಹೊಸದಾಗಿ ಕಾಣುವ ಅಬ್ಬೆಯನ್ನು ನೋಡುವ ಚಿಕ್ಕ ಮಕ್ಕಳಿಗೂ ಸಂಕಟ.

ಕ್ರಮೇಣ ಇಷ್ಟವಿಲ್ಲದ ತುರುಬನ್ನೇ ಅದೆಷ್ಟು ಸುಂದರವಾಗಿ ಹೆಣೆದುಕೊಳ್ಳುತ್ತಿದ್ದಳು ಅಂದರೆ ಈಗಷ್ಟೇ ತಲೆ ಬಾಚಿಕೊಂಡಂತೆ. ಕೊಬ್ಬರಿ ಎಣ್ಣೆಯನ್ನು ಸಮಾ ಹಚ್ಚಿಕೊಂಡು, ಕೆತ್ತಿಕೊಂಡು ಬಿಗಿಯಾದ ಮುಡಿ ಕಟ್ಟಿಕೊಳ್ಳುತ್ತಿದ್ದಳು. ಬೆಳಿಗ್ಗೆಯೆದ್ದಾಗಲೂ ಒಂದೂ ಕೂದಲು ಕೊಂಕದಂತೆ ಇರುತ್ತಿತ್ತು. ಬರುಬರುತ್ತಾ ಅವಳ ಕೂದಲುಗಳು ಬಣ್ಣ ಕಳೆದುಕೊಂಡವು. ಕೂದಲುಗಳುದರತೊಡಗಿದವು. ಇದೆಲ್ಲಾ ಪ್ರಕ್ರಿಯೆ ವಯೋಸಹಜವಾದರೂ ಅವಳು ಚಿಂತಿಸುವುದು ಬಿಡಲಿಲ್ಲ. ಕರಿಕೂದಲು, ದಟ್ಟಕೂದಲು ನಳನಳಿಸಲು ಮಾಡಿದ ಉಪಾಯವೆಲ್ಲಾ ನೀರಲ್ಲಿ ಹೋಮ ಮಾಡಿದಂತಾದಾಗ ಅದಂದು ಶಾಶ್ವತ ಪರಿಹಾರ ಕೊಂಡುಕೊಂಡ ಕಳ್ಳಖುಶಿಯಲ್ಲಿ ಬೀಗತೊಡಗಿದ್ದಳು. ಬಿಳಿಯಾದ ಕೂದಲು ಚೂರು ಚೂರೇ ಕಪ್ಪಾಗಿ, ತುರುಬಿನ ಗಾತ್ರವೂ ಚೂರು ಜಾಸ್ತಿಯೆನಿಸಿ ಮೊಮ್ಮಕ್ಕಳಿಗೆ ನಮಗೆ ಕುತೂಹಲ ತುಸು ಜಾಸ್ತಿಯೇ ಇತ್ತು. ದೇವರಮನೆಯ ಕಪಾಟಿನಲ್ಲಿದ್ದ ಕನ್ನಡಿಯ ಮುಂದೆ ಕುಳಿತು ಕಾಡಿಗೆಯ ಕಪ್ಪನ್ನೆಲ್ಲಾ ತಲೆಗೆ ಹಚ್ಚಿಕೊಂಡು, ಗುಟ್ಟಲ್ಲಿ ಜಾತ್ರೆ ಪೇಟೆಯಲ್ಲಿ ತರಿಸಿಕೊಂಡ ಚೌಲಿ(ಕೃತಕ ಜಡೆ)ಯನ್ನು ತುರುಬಿಗೆ ಸೆಣಬಿನ ದಾರ ಹಾಕಿ ಬಿಗಿದು ಕಟ್ಟಿಕೊಳ್ಳುತ್ತಿದ್ದಳು. ಅಜ್ಜಿಯನ್ನು ಕೀಟಲೆ ಮಾಡುವ ಯಾವ ಸಂದರ್ಭವನ್ನು ಬಿಡದ ನಾನು 'ಬಿಳಿ ಕೂದ್ಲು ಕರಿ ಮಾಡುವ ಮದ್ದದೇ ಸಾರ್' ಎಂದು ರಾಗವಾಗಿ ಹಾಡಿ ಅವಳಿಗೆ ಕೋಪ ತರಿಸುತ್ತಿದ್ದೆ. ಅಮ್ಮನಿಂದ ಬೈಯಿಸಿಕೊಂಡ ನಂತರ ದಣಪೆಯಲ್ಲಿ ಮುನಿಸಿಕೊಂಡ ಅಜ್ಜಿಗೆ ರಮಿಸಿ, ನಗಿಸಿ ಮನೆಗೆ ಕರೆತಂದೆವು. ಅಂದಿನಿಂದ ನಮ್ಮೆದುರೇ ಬಿಳಿಕೂದಲು ಕರಿಯಾಗಿ, ಮೋಟುಕೂದಲು ದಪ್ಪ ತುರುಬಾಗಿ ಅರಳಿಕೊಳ್ಳತೊಡಗಿದವು.

23

ಬುಡ್ಡಿದೀಪ ಮತ್ತು ಗಿಂಡಿಚೊಂಬಿನ ಚಾ

ಕರಾವಳಿಯಲ್ಲಿ ಬಹುತೇಕರಿಗೆ ಚಾ ಕುಡಿಯುವುದು ಅಂದರೆ ಆಗಾಗ ನೀರು ಕುಡಿದಷ್ಟೇ ಸಹಜ ಪ್ರಕ್ರಿಯೆ. 'ಅರ್ಧಲೋಟ ಚಾ ಸಾಕು' ಎಂದೇ ಶುರುವಾಗುವ ದಿನ 'ಒಂದ್ ಗುಟುಕು ಸಾಕು' ಎಂದು ದಿನ ಮುಗಿಯುವಷ್ಟರಲ್ಲಿ ಸುಮಾರು ಅರ್ಧ–ಮುಕ್ಕಾಲು ಲೀಟರ್ ಚಾ ಗಂಟಲೆಂಬ ಪೋಸ್ಟಾಪೀಸು ದಾಟಿ ಹೊಟ್ಟೆಯೆಂಬ ವಿಳಾಸ ಸೇರಿರುತ್ತದೆ. ನನ್ನ ಅಜ್ಜಿಯಂತೂ 'ಚಾ' ಮಾಡುವುದರಲ್ಲಿ ಊರಿಗೆಲ್ಲಾ 'ವರ್ಲ್ಡ್ ಫೇಮಸ್' ಆದ ಹಿನ್ನೆಲೆಯುಳ್ಳವಳು. ನಮ್ಮನೆಗೆ ಬಂದ ನೆಂಟರು 'ಅಬ್ಬೆ ಚೂರು ಚಾ ಮಾಡ್ಕೊಡೆ' ಎಂದು ಕೇಳಿ ಮಾಡಿಸಿಕೊಂಡು ಕುಡಿಯುವಷ್ಟರ ಮಟ್ಟಿಗೆ ಚೆಂದನೆಯ ಚಾ ಮಾಡುತ್ತಿದ್ದಳು. ಅವಳು ಚಾ ಮಾಡುವ ಶೈಲಿಯೇ ಒಂದು ಕಾವ್ಯದಂತಿತ್ತು. ಚಿಮಣಿಬುಡ್ಡಿಯಲ್ಲಿ ಅರ್ಧತುಂಬುವಷ್ಟು ಸೀಮೆ ಎಣ್ಣೆ ಹಾಕಿ, ತನ್ನ ಹಳೇ ಲಂಗದ ತುಂಡುಬಟ್ಟೆಯಿಂದ ಬತ್ತಿ ಮಾಡಿ ಅದನ್ನು ದೇವರ ಮನೆಯಲ್ಲಿನ ಅಗರಬತ್ತಿಯ ಸಹಾಯದಿಂದ ಬಲು ಪ್ರಯಾಸದಿಂದ ಹಚ್ಚಿಕೊಂಡು ಅಡುಗೆಮನೆಗೆ ಬಂದು ಸ್ಟೌವ್ ಹಚ್ಚುತಿದ್ದಳು. ಒಂದು ಉದ್ದಬತ್ತಿ, ಮಗದೊಂದು ಗಿಡ್ಡಬತ್ತಿಯಿದ್ದ ಎಡಬಿಡಂಗಿ ಸ್ಟೌವ್ ಮೇಲೆ ಅಲ್ಯೂಮಿನಿಯಂ ಚಾ ತಪ್ಪಲೆಯಿಟ್ಟು ನೀರು ಹಾಕಿ ಅದು ಕುದಿಯುವಾಗ, ಚಾಸೊಪ್ಪು ಹಾಕಿ ಸಮಾ ಕುದಿಸುತ್ತಿದ್ದಳು. ಇನ್ನು ಬಿಡಲು ಬಣ್ಣವಿಲ್ಲವೆಂದು ಚಾಸೊಪ್ಪು ಬಿಕ್ಕಳಿಸಿ ಉಕ್ಕುವಾಗ ಒಂದರ್ಧ ಲೋಟ ಹಾಲು ಸೇರಿಸಿದ ಶಾಸ್ತ್ರ ಮಾಡಿ ಸಕ್ಕರೆ ಹಾಕಿ ಅದಕ್ಕೆಂದೇ ಇದ್ದ 'ಗಿಂಡಿ ಚೊಂಬ'ಲ್ಲಿ ಸೋಸುತ್ತಿದ್ದಳು. ಅದನ್ನು ಹೊಸದಾಗಿ ಕುಡಿದವರು ಅಥವಾ ಚಾ ಕುಡಿದೇ ಅಭ್ಯಾಸವಿರದವರು ಪಕ್ಕಾ ತಲೆ ತಿರುಗಿಯೇ ಬೀಳುವಷ್ಟು ಖಡಕ್ಕಾಗಿರುತ್ತಿತ್ತು.

'ಮಕ್ಕಳಿಗೆ ಬೇರೆ ಚಾ ಮಾಡಿಕೊಡುವ' ಎಂದು ಅಮ್ಮ ಎಷ್ಟೇ ಕೇಳಿಕೊಂಡರೂ ಅವಳ ಚಾ ವಿಷಯಕ್ಕೆ ಬಂದರೆ ಮಾತ್ರ ಅವಳಿಗೆ ನೆತ್ತಿಯ ಮೇಲೆ ಕೋಪ. ಅದಕ್ಕೆ ಸುಖಾ ಸುಮ್ಮನೆ ಈ ಗಲಾಟೆಯೇ ಬೇಡವೆಂದು ಅಜ್ಜಿ ಮಾಡಿಕೊಡುವ 'ಚಾ'ಗೆ ಒಂದು ಲೋಟ ಬಿಸಿಹಾಲನ್ನು ಕದ್ದು ಬೆರೆಸಿ ನನಗೆ-ತಂಗಿಗೆ ಕುಡಿಯಲು ಕೊಡುತ್ತಿದ್ದಳು ಅಮ್ಮ. ಮೊಮ್ಮಕ್ಕಳು ಸೈತಾ ತಾನು ಮಾಡುವ ಚಾ ಚಕಾರಿಲ್ಲದೇ ಕುಡಿಯುತ್ತಾರೆಂಬ ಸಣ್ಣ ಜಂಭ ಕೊನೆಯವರೆಗೂ ಅವಳಿಗೆ ಇರುವಂತೆ ನೋಡಿಕೊಂಡ ಜಾಣ್ಮೆ ಅಮ್ಮನದಾಗಿತ್ತು. ಸಿಕ್ಕಾಪಟ್ಟೆ ಎಲೆಯಡಿಕೆ, ತಂಬಾಕಿನ ಕವಳ, ಜರ್ದಾಬೀಡಿಯ ಚಟ ಬೆಳೆಸಿಕೊಂಡವರಿಗೆ ಮಾತ್ರ ಅಜ್ಜಿಯ ಖಡಕ್ ಚಾ ಬಲು ಪ್ರಿಯವಾಗಿತ್ತು. ಕೆಲಸದವರಂತೂ ಕೆಲಸ ಮುಗಿಸಿ ಹೋಗುವಾಗಲೊಮ್ಮೆ 'ಚಾಯ್ತ್ರೊತ್ತಿ (ಸಾವಿತ್ರಿ ಒಡತಿ) ಹಂನಿ ಶಾಯ್ ಕೊಡ್ರಾ' ಎಂದು ಕೇಳಿದಾಗ ಅವಳಿಗೆ ದಂಡ ಎಂದು ಸಿಟ್ಟು ಬಂದರೂ, 'ಒಂದು ಗುಟುಕು ಕೊಡ್ತೆ' ಎಂದು ಅರ್ಧ ಲೋಟ ಚಾ ಮಾಡಿ ಕೊಡುತ್ತಿದ್ದಳು.

ಕೊನೆಕೊನೆಗೆ ಅವಳಿಗೆ ಅರೆಮರೆವು ಶುರುವಾಗಿತ್ತು. ಅವಳದ್ದೇ ಆದ (ಮತ್ತ್ಯಾರೂ ಉಪಯೋಗಿಸಬಾರದೆಂಬ ಹಠ ಅವಳಿಗೆ) ಕೆಲವು ವಸ್ತುಗಳನ್ನು ಅವಳೇ ಎಲ್ಲೆಲ್ಲೋ ಇಟ್ಟುಕೊಂಡು ಇಡೀ ಮನೆ ಹುಡುಕುವುದು, ಬೇರೆಯವರ ಮೇಲೆ ಆಪಾದನೆ ಹೊರಿಸುವುದು ಸಾಮಾನ್ಯವಾಗತೊಡಗಿತ್ತು. ಅವಳ ಆಪಾದನೆ, ಸಂಶಯ, ಹುಸಿಕೋಪಕ್ಕೆಲ್ಲಾ ಮೊದಲು ಗುರಿಯಾದವಳು ನಮ್ಮನೆ ಮಾಸ್ತಿ. ಅದೊಂದು ದಿನ ಬೆಳಿಗ್ಗೆಯಿಂದ ಅಡುಗೆ ಮನೆಯಲ್ಲಿ ಅವಳ ವಸ್ತು ಕಳೆದದ್ದು ನಮಗೂ ಖಾತ್ರಿಯಾಗಿ ಎಲ್ಲರೂ ಸುಮ್ಮನಿದ್ದೆವು. ಗೊಣಗಾಡುತ್ತಲೇ ದೋಸೆ ಹುಯ್ದುಕೊಟ್ಟಳು. ಕೈ ತೊಳೆಯುವುದರಲ್ಲಿ ತಯಾರಿರುತ್ತಿದ್ದ ಚಾ ಬರದದ್ದು ನೋಡಿ 'ಚಾ ಎಲ್ಲಿ' ಎಂದು ತಂಗಿ ಕೇಳಿಯೇಬಿಟ್ಟಳು ಮುಗ್ಧಳಾಗಿ. ಅದಕ್ಕೇ ಕಾಯುತ್ತಿದ್ದವಳಂತೆ ತನ್ನ 'ಗಿಂಡಿಚೊಂಬು' ಕಳೆದುಹೋದುದ್ದರ ಬಗ್ಗೆ, ಅದನ್ನು ಮಾಸ್ತಿಯೇ ಕಳೆದು ಹಾಕಿದ್ದಾಳೆಂದು ಪ್ರವರ ಶುರುವಿಟ್ಟುಕೊಂಡಾಗ ನಾನು ಅಮ್ಮ ಅವಳು ಮಲಗುತ್ತಿದ್ದ ಕೋಣೆಯಲ್ಲಿ ಹುಡುಕಹೊರಟರೆ ತಣ್ಣನೆಯ ನೀರನ್ನು ಮತ್ತಷ್ಟು ತಂಪಾಗಿಸಿಕೊಂಡು ಕದ್ದು ಕುಳಿತ ಅವಳ ಗಿಂಡಿಚೊಂಬು ಮುಸಿಮುಸಿ ನಗುತ್ತಿತ್ತು. ಅದನ್ನು ಅವಳಿಗೆ ಕೊಟ್ಟರೆ 'ನೋಡ್ದ್ಯಾ ಇದು ಮಾಸ್ತಿ ಕೆಲ್ಸನೆಯಾ ಅವಳು ಎಲ್ಲೆಲ್ಲಾರೂ ಇಟ್ಟುಬಿಡ್ತಾ' ಎನ್ನುತ್ತಾ ಚಾ ತಪ್ಪಲೆಯಲ್ಲಿ ನೀರಿಟ್ಟಳು. ಅದಾದ ನಂತರ ಅವಳು ಕಳೆದುಕೊಳ್ಳುವ ವಸ್ತುಗಳನ್ನು ಅವಳು ಹುಡುಕುತ್ತಾ ಸಿಡುಕುವ ಮೊದಲೇ ಅವಳ ಕೈಗೆಟಕಿಸುವ ಅಭ್ಯಾಸ ಮಾಡಿಕೊಂಡೆವು.

ಇನ್ಯಾವತ್ತೂ ಕಳೆದುಹೋಗದ ಚಾಪಾತ್ರೆ, ಗಿಂಡಿಚೊಂಬು ಎಲ್ಲವೂ ಅಡುಗೆ ಮನೆಯ ಗೂಡಲ್ಲಿಯೇ ಇದೆ. ಆದರೆ ಬುಡ್ಡಿದೀಪ ಹಚ್ಚಿ ಚಾ ಮಾಡುವ ಆ ಒರಟು ಕೈಯೊಡತಿ ಮತ್ತವಳ ಮಮತೆ ನಮ್ಮೊಂದಿಗಿಲ್ಲ ಅಷ್ಟೇ.

ವೀರಲೋಕದ ಪ್ರಕಟಣೆಗಳು

1. ಕೈ ಹಿಡಿದು ನೀ ನಡೆಸು ತಂದೆ
2. ವಿಶ್ವಸುಂದರಿ
3. ಇವರು ಅವರು ದೇವರು
4. ಒಳ್ಳೆಯ ಬದುಕಿನ ಸೂತ್ರಗಳು
5. ಬೆಳ್ಳಿತೆರೆಯ ಬಂಗಾರದ ಗೆರೆ
6. ಸೋಲೆಂಬ ಗೆಲುವು
7. ಲಾಸ್ಟ್ ಡೇಸ್ ಆಫ್ ಲೆಜೆಂಡ್ಸ್
8. ಮನಿ ಮನಿ ಎಕಾನಮಿ
9. ನಿಮಗೆಷ್ಟು ಹಣ ಬೇಕು?
10. ಆರ್ಟ್ ಆಫ್ ಸಕ್ಸಸ್
11. ಮಾದಕ ದೊರೆ
12. ನಟನ ಕಥೆ–ಮಂಡ್ಯ ರಮೇಶ್
13. ಬದುಕೇ ಭಗವಂತ
14. ತ್ಯಾಗಕ್ಕಿಲ್ಲ ನೂಕುನುಗ್ಗಲು
15. ಕೃಷಿ ಯಾಕೆ ಖುಷಿ?
16. ಮೆಮರೀಸ್ ಆಫ್ ಬಾಸರ್ಾ
17. ಹಿಂದಿನ ನಿಲ್ದಾಣ
18. ಪ್ರೀತ್‌ಸು
19. ಕಥಾ ಸಾಗರಿ
20. ಹೃದಯದ ಮಾತು ಕೇಳಿ
21. ದ್ವೈತ
22. ಕ್ಷಯ
23. ಯಾರೂ ಹೇಳದ ಕಥೆಗಳು
24. ಅರ್ಧ ಬಿಸಿಲು ಅರ್ಧ ಮಳೆ...